ഗ്രീൻ ബുക്സ്

ഓർമ്മയിലെ കടുംകാപ്പി

നിമ്മി പി.ആർ.

1993 ജൂലൈ 15ന് ജനനം.
തിരുവനന്തപുരം കാരക്കോണം ദേശം.
അച്ഛൻ: രാജു (Late). അമ്മ: ഫിലോമിന രാജു.
വിദ്യാഭ്യാസം: സെന്റ് ജോൺസ്. എച്ച്.എസ്.എസ്, ഉണ്ടൻകോട്. M.Sc. Bio-Chemistry, ഇമ്മാനുവേൽ കോളേജ് ഓഫ് ആർട്ട്സ് & സയൻസ്, വാഴിച്ചൽ, കേരള യൂണിവേഴ്സിറ്റി.
തൃശ്ശൂരിലെ ദയ ഹോസ്പിറ്റലിൽ ലാബോറട്ടറി ക്വാളിറ്റി മാനേജരായി ജോലി ചെയ്യുന്നു.

ഓർമ്മ

ഓർമ്മയിലെ കടുംകാപ്പി

നിമ്മി പി.ആർ.

ഗ്രീൻ ബുക്സ്

green books private limited
gb building, ayyanthole,
thrissur- 680 003, kerala, ph: +91 487-2381066, 8589095304
website: www.greenbooksindia.com
e-mail: info@greenbooksindia.com

branches:
thrissur 8589095302
thiruvananthapuram 8589095301
kozhikode 8589095307

malayalam
ormayile kadumkappi
memoirs
by
nimmy p.r.

published october 2024

cover image : abeegail joe
illustrations : nimmy p.r.

printed in india

isbn : 978-93-48125-84-2

₹ 110.00

GBPL/232/2024

സമർപ്പണം

എന്റെ ഹൃദയത്തിന് കൂട്ടായ
അച്ഛന്റെ ഓർമ്മകൾക്ക്....

ഉള്ളടക്കം

ആമുഖം

ഓർമ്മകൾക്ക് ഒരരിപ്പ വേണം

വിട്ടുപോകാത്ത ഓർമ്മകളുടെ കൂടാരമാണ് മനുഷ്യൻ. പലപ്പോഴും വേണ്ടാ എന്ന് വച്ചാലും ഓർമ്മകൾ അവനെ തേടിവരും.

പല മുഖങ്ങളിൽ പലയിടങ്ങളിൽ പല വസ്തുക്കളിൽ അങ്ങനെ ഓർമ്മകൾ മനുഷ്യനെ വേട്ടയാടിക്കൊണ്ടിരിക്കും.

ഒരർത്ഥത്തിൽ പറഞ്ഞാൽ ഓർമ്മകളാണ് ഒരു മനുഷ്യനെ സന്തോഷിപ്പിക്കുന്നതും വിഷമിപ്പിക്കുന്നതും. പക്ഷേ, അതിൽ ഏതു തിരഞ്ഞെടുക്കണമെന്നത് മനുഷ്യമനസ്സിന്റെ സ്വാതന്ത്ര്യം മാത്രമായി ചുരുങ്ങിപ്പോവുകയാണ് പതിവ്.

ഫാദർ ബോബി ജോസ് കട്ടിക്കാടിന്റെ 'ചില്ല്' എന്ന പുസ്തകത്തിൽ 'ഓർമ്മകൾക്ക് ഒരു അരിപ്പ ആവശ്യമുണ്ട്' എന്ന പ്രയോഗം പറഞ്ഞു വെയ്ക്കുന്നുണ്ട്. അങ്ങേയറ്റം വേദനയിൽ പാടിത്തീർത്ത സ്വരം പോലെ; വളരെ ആഗ്രഹിച്ചു കെട്ടിയ ചിലങ്ക അഴിച്ചു വെക്കേണ്ടി വരുന്ന പോലെ; ഓർമ്മകളിൽ മനുഷ്യൻ തടഞ്ഞു നിൽക്കാതിരിക്കുവാൻ അവയെ പാടെ തുടച്ചുനീക്കുന്ന പ്രതിഭാസം ആർക്കും കണ്ടെത്തുവാൻ കഴിഞ്ഞിട്ടില്ല; ഇനി കഴിയുകയുമില്ല.

നമ്മിലേക്ക് വരാത്തതൊക്കെയും നമുക്കുള്ളതല്ല എന്ന് ആരോ പറഞ്ഞു വെച്ചിട്ടുണ്ട്. നമ്മളിൽ തടഞ്ഞു നിൽക്കുന്ന ഓർമ്മകളെ വല്ലപ്പോഴും ഒന്ന് അരിച്ചു നോക്കുന്നത് നല്ലതായിരിക്കും. നല്ലതല്ലാത്ത ഒന്നിനെയും

കടത്തി വിടാതിരിക്കുവാൻ ഓർമ്മകൾക്ക് ഒരു അരിപ്പ അത്യാവശ്യമായിരിക്കുന്നു.

പലപ്പോഴും സ്നേഹത്തേക്കാൾ ഏറെ വേദനയും സ്വീകരിക്കപ്പെടുന്നതിനേക്കാൾ അവഗണനയും അഭിനന്ദനങ്ങളേക്കാൾ അധിക്ഷേപങ്ങളെയുമാണ് മനുഷ്യമനസ്സ് ഓർമ്മകളായി സൂക്ഷിക്കുന്നത്. അങ്ങനെയുള്ള ഓർമ്മകളുടെ ചവറ്റുകുട്ടയിൽ നിന്ന് വളരെ സൂക്ഷ്മതയോടെ അരിച്ചെടുത്ത ഒരു ചെറിയ ഓർമ്മയാണ് എന്റെ ഈ ആദ്യ പുസ്തകം.

ഒന്നിച്ചും പിന്നെ ഒറ്റയ്ക്കും സഞ്ചരിച്ച ഓർമ്മയിലേക്ക് ഒരു കാലത്തിനും മറയ്ക്കുവാനാകാത്ത വിധത്തിൽ കടന്നു കൂടിയ ഭ്രാന്തൻ ചിന്തകൾക്കും അങ്ങനെ ഒഴുകി വന്ന അക്ഷരത്തെറ്റുകൾക്കും ഒരു നിമിഷമെങ്കിലും നിങ്ങളിലെ ഓർമ്മകളെ ഓർത്തെടുപ്പിക്കാൻ കഴിയട്ടെ എന്ന് പ്രാർത്ഥിച്ചു കൊണ്ട്,

സ്നേഹപൂർവ്വം

നിമ്മി പി.ആർ.

കടപ്പാട്

സന്തോഷമായാലും സങ്കടമായാലും അത് പ്രകടിപ്പി ക്കാൻ നിന്റെ അക്ഷരങ്ങൾക്ക് സാധിക്കും എന്ന് പറ യാതെ പറഞ്ഞ് എന്നെ ഒരു ബുക്കിലേക്ക് എത്തിച്ച ജോസഫേട്ടന്റെ വാക്കുകളോട്...

പത്ത് വർഷം മുമ്പ് ചാപ്പലിൽ വച്ച് "എന്നെങ്കിലും നീ ഒരു എഴുത്തുകാരിയായാലോ" എന്ന് പറഞ്ഞ് എന്നെ ക്കൊണ്ട് രണ്ട് വരി കവിത എഴുതി വാങ്ങി പേഴ്സിൽ വച്ച ദീപു നിന്നോട്...

"ഒന്നുകിൽ നീ ഒരു ബുക്ക് എഴുതുക; അല്ലെങ്കിൽ മറ്റൊരാൾക്ക് നിന്നെപ്പറ്റി എഴുതാൻ പാകത്തിന് നീ ജീവി ക്കുക" എന്ന് പറഞ്ഞ് മോട്ടിവേറ്റ് ചെയ്ത പ്രിയ കൂട്ടു കാരിക്ക്...

അക്ഷരങ്ങളെ സ്നേഹിക്കുന്നവളെ കൂടെ കൂട്ടിയ പ്രിയ പങ്കാളിയോട്...

എന്തിനാണ് ഇങ്ങനെ കുറെ ബുക്കും വായിച്ച് സമയം കളയുന്നത് എന്ന് ചോദിക്കുന്ന അമ്മയോട്...

പിന്നെ എവിടെയോ ഇരുന്ന് ഒരു കാര്യത്തിനു മല്ലാതെ എന്റെ ആദ്യ ബുക്ക് വായിക്കുന്ന നിങ്ങളോടും...

■

അവതാരിക

സ്ത്രീ പുരുഷ ബന്ധങ്ങളിലെ സങ്കീർണതകളെ അധികരിച്ചുള്ള കഥകളും നോവലുകളും മലയാളത്തിൽ വളരെ കുറവാണ്. പ്രണയത്തിനപ്പുറം ഒരു ഗാഢമായ സൗഹൃദം സ്ത്രീയും പുരുഷനും തമ്മിൽ സാധ്യമാണോ എന്ന് അത്ഭുതപ്പെടുന്നവരാണ് മലയാളികൾ. മലയാളികൾക്ക് പരിചിതമായ ഒന്നല്ല അത്തരം ഒരു സൗഹൃദം. പ്രണയത്തിനും സൗഹൃദത്തിനും ഇടയിലുള്ള ഒരു നൂൽപ്പാലത്തിലൂടെ കടന്നുപോകുന്ന മനോഹരമായ ഒരു സ്ത്രീ പുരുഷ ബന്ധം വിവരിക്കുകയാണ് കഥാകാരി. ഇതൊരു നോവലാണോ അതോ ഒരു കഥയാണോ അതോ ഒരു കുറിപ്പാണോ എന്ന് കൃത്യമായിട്ട് വേർതിരിച്ചു പറയാൻ സാധിക്കുന്നില്ല. എങ്കിലും വളരെ മനോഹരമായി ഒരു വായനാനുഭവം നൽകുന്ന ഒരു സാഹിത്യസൃഷ്ടി തന്നെയാണ് കഥാകാരി കോറിയിട്ടിരിക്കുന്നത്.

തികച്ചും വ്യത്യസ്ത രീതിയിൽ ബന്ധങ്ങളെ സമീപിക്കുന്ന വ്യക്തികളാണ് നന്ദിതയും ഹരിയും. നന്ദിതയുടെ സ്വഭാവത്തിൽ ഒരു കാല്പനികത നിറഞ്ഞു നിൽക്കുന്നുണ്ട്. കത്തെഴുതിയും സമ്മാനങ്ങൾ നൽകിയും ഒക്കെ ബന്ധത്തെ പരിപോഷിപ്പിക്കാൻ ശ്രമിക്കുന്ന ഒരു കാല്പനികത. എന്നാൽ തികച്ചും വ്യത്യസ്തനാണ് ഹരി. ജീവിതത്തിൽ നിന്നും ബന്ധങ്ങളിൽ നിന്നും ഓടിയൊളിക്കാൻ ശ്രമിക്കുന്ന ഒരു വ്യക്തിയായിട്ടാണ് ഹരിയെ എനിക്ക് തോന്നിയിട്ടുള്ളത്. ഒരു ബന്ധം വളർത്താനും നിലനിർത്താനും ആവശ്യമായിട്ടുള്ള സമയവും പരിശ്രമവും നൽകാൻ കഴിയാത്ത ഒരാൾ. തികച്ചും ഉപരിപ്ലവമായ

ബന്ധങ്ങളിൽ മാത്രം താല്പര്യമുള്ള ഒരാൾ. ഒരു ഗാഢ മായ ബന്ധത്തിലേക്ക് കടക്കുമ്പോൾ അയാൾ ഒളിച്ചോ ടുകയാണ്.

നമ്മുടെ ഇടയിൽ ഒക്കെ തന്നെയും കാണുന്ന ഒരു കഥാപാത്രം. ഇത്തരത്തിൽ വൈരുദ്ധ്യങ്ങൾ നിറഞ്ഞ രണ്ട് വ്യക്തികൾ തമ്മിലുള്ള സങ്കീർണമായ ഒരു ബന്ധം കഥാകാരി നമുക്ക് കാണിച്ചു തരുന്നു. വൈരുദ്ധ്യങ്ങൾ ഉള്ളതുകൊണ്ട് തന്നെ ആ ബന്ധം ഹ്രസ്വമാണ്.

ബന്ധങ്ങളിൽ നിന്ന് തുടങ്ങുന്ന സ്നേഹവും സൗഹൃ ദവും നമുക്ക് ലഭിക്കുന്നതുപോലെ അതേ സഹജതയോടെ നഷ്ടപ്പെടുകയും ചെയ്യും.

'ഓർമ്മയിലെ കടുംകാപ്പി' എന്ന ഈ പുസ്തകം, ഇത്തരത്തിലുള്ള നഷ്ടങ്ങളുടെ ഓർമ്മകളുടെ കഥയും കൂടെയാണ് പറയുന്നത്.

സ്നേഹവും വേദനയുമായി ചേർന്നുള്ള ഓർമകളുടെ മധുരവും കടുപ്പവുമുള്ള അനുഭവങ്ങളിലേക്കുള്ള ഒരു യാത്ര.

സ്നേഹമെന്ന വേദന, വിടവാങ്ങലിനോട് ചേർന്നിരി ക്കുന്ന ഒരു അവിശ്വാസം തന്നെയാണ്. ബന്ധങ്ങൾ എത്ര യൊക്കെ പ്രിയപ്പെട്ടതായിരുന്നാലും,നമ്മിൽ നിന്നും വിട വാങ്ങാൻ കാത്തിരിക്കുന്ന സമയമുണ്ടാവും. പിടിയിലാ യിരുന്ന പ്രിയപ്പെട്ടവർ നിഷ്ഫലമായി വിടുതലിനോട് ചേർന്ന് നിൽക്കുമ്പോൾ, കടുംകാപ്പിയുടെ നൊമ്പരത്തിൽ ഒരു കയ്പ്പ് നമുക്ക് അനുഭവപ്പെടും.

ഭൂമിയിലുള്ള ഓരോ അനുഭവവും നമ്മെ പഠിപ്പിക്കു ന്നുണ്ട്: അനുഭവങ്ങൾക്കും സ്നേഹത്തിനും ഒരു പുഞ്ചിരി യോടെ വിടുതൽ നൽകുക, കാരണം വിട്ടുപോകുന്നു എന്നതിനേക്കാൾ, നഷ്ടമാകുന്ന ഓർമകളുടെ മാധുര്യം നമ്മെ ചിലപ്പോൾ സ്നേഹത്തിന്റെ സമാധാനത്തിലേക്ക് കൊണ്ടുപോകുന്നു.

ഇത്തരത്തിൽ ഉള്ള കാൽപിനകത സാധാരണയായി മനുഷ്യരിലുള്ള ആശയങ്ങളുടെയും സങ്കൽപ്പങ്ങളുടെയും ആകെ തുകയാണ്. ആദിമ മനുഷ്യർക്കോ, മൃഗങ്ങൾക്കോ ഇതുണ്ടാകുമെന്ന് തോന്നുന്നില്ല.

സിനിമ, സാഹിത്യം എന്നിവയിൽ ആയിരിക്കണം ഇത്തരം അനുഭവങ്ങൾ സന്നിവേശിപ്പിച്ചിരിക്കുന്നത്.

ചിലരുടെ സർഗാത്മക ചിന്തകളിലൂടെ ഇതിന് പല വിധ ഭാവങ്ങൾ കൈവരുന്നു.

പലപ്പോഴും ഇതിന് യാഥാർത്ഥ്യത്തോട് നീതി പുലർത്താൻ കഴിഞ്ഞെന്നു വരാറില്ല.

പക്ഷെ, പിന്നെ ഒരിക്കൽ ഓർമയിൽ ഒരു കടുംകാപ്പിയുടെ ലാഘവത്തോടെ അനുഭൂതി നൽകാൻ ഇത്തരം ചിന്തകൾക്ക് കഴിയും.

ഡോ. വി.കെ. അബ്ദുൽ അസീസ്

"The memories of a loved one are like stars in the sky - though they may no longer be visible, they continue to shine brightly in the darkness of our hearts!"

ഒന്ന്

"I miss you deeply; unfathomably; senselessly; terribly!"

- Franz Kafka

(Letters to Milena)

ഞാൻ ഇവിടെ ഒന്നും എഴുതിത്തുടങ്ങുവാൻ ആഗ്രഹിക്കുന്നില്ല. നന്ദിത ഹരിക്കുവേണ്ടി എഴുതിത്തുടങ്ങിയ വാക്കുകളിലൂടെ, അവളിലെ വെളിച്ചത്തിൽ ഒന്ന് നടക്കാൻ ഒരുങ്ങുകയാണ്. അവിടെ നന്ദിതയുടെ കണ്ണുകളുടെ പ്രകാശവും മനോഹരമായ സന്തോഷവും സ്നേഹവും ദുഃഖവും ആഗ്രഹവും അവഗണനയും കണ്ടെന്നിരിക്കാം, ഒരു കടുംകാപ്പി ചൂടാറും മുമ്പേ കുടിച്ചുതീരാവുന്നത്ര ദൂരമാണ്, ഒന്നിച്ചും പിന്നെ ഒറ്റയ്ക്കും അവൾ നടന്നു തീർത്തത്!

അങ്ങോട്ടും ഇങ്ങോട്ടും ഒട്ടും ഇടതരാതെ ചീറിപ്പാഞ്ഞോടുന്ന വണ്ടികൾക്കരികിലൂടെ, കരഞ്ഞുതീരാത്ത കാർമേഘത്തെ നോക്കി പിറുപിറുത്തുകൊണ്ട്, ഇടതുകൈയ്യിൽ ബാഗും വലതുകൈയ്യിൽ നിവർത്തിയ കുടയുമായി നന്ദിത മെല്ലെ നടന്നു നീങ്ങുകയാണ്. സമയം 6.45 pm.

"ദൈവമേ, ഇനി ഈ ബസ്സും കൂടെ പോയാൽ വീട്ടിലേയ്ക്ക് എത്തുമ്പോൾ ഏകദേശം പത്തുമണിയാകും."

കോരിച്ചൊരിയുന്ന മഴയിൽ സാരിയുടെ തുമ്പൊന്ന് വലിച്ചു പിടിച്ച് അവൾ നടത്തത്തിന്റെ വേഗത കൂട്ടാൻ തുടങ്ങി.

"ഭാഗ്യം! ബസ്സ് എടുത്തിട്ടില്ല; ആഴ്ചയിൽ ഒരിക്കൽ കാണുന്ന ബസ്സിന്റെ ബോർഡ് ഒന്നുകൂടെ അവളൊന്ന് ഉറപ്പിച്ചു നോക്കി.

"അതെ!, ദീപാ നിശാന്തിന്റെ വാക്കുകളിൽ പറഞ്ഞാൽ "ജീവിതം തുടങ്ങിയിടത്ത് തന്നെ തിരിച്ചെത്തിക്കുന്നൊരു വട്ടം ചുറ്റിക്കലാണെന്ന് ഓർമ്മപ്പെടുത്തുന്ന ഒരേയൊരു നഗരം" - "തൃശ്ശൂർ!"

വേഗത്തിൽ ബസ്സിനുള്ളിലെത്തിയ നന്ദിതയ്ക്ക് വേണ്ടി, ഒരൊറ്റ സൈഡ്സീറ്റ് ബാക്കിവച്ചിട്ടുണ്ടായിരുന്നു. അതല്ലെങ്കിലും ജീവിതം ചിലപ്പോഴൊക്കെ അങ്ങനെയാണ്. ഒട്ടുമേ സാധ്യതയില്ലാത്ത, പ്രതീക്ഷയില്ലാത്ത ഇടങ്ങളിൽ ഒരൊറ്റ ഓർമ്മയെങ്കിലും സമ്മാനിക്കാതെ കടന്ന് പോകില്ല.

മഴവെള്ളമൊന്ന് തട്ടിക്കുടഞ്ഞ്, കുട മടക്കി അവൾ താഴത്ത് സീറ്റിന്റെ അറ്റത്തേയ്ക്ക് ചേർത്തുവച്ചു. പെയ്ത് തീരാത്ത മഴയെ നോക്കി, മനസ്സിൽ പെയ്തിറങ്ങിയ ഓർമ്മകളെ അവളങ്ങനെ ചികയാൻ തുടങ്ങി.

“എവിടേയ്ക്കാണ്?” - കണ്ടക്ടർ ടിക്കറ്റുമായി രംഗത്തെത്തിയിരുന്നു.

“തൃശ്ശൂർ - ഒരാൾ!”

“നൂറ്റിപ്പതിനാല് രൂപ.”

അദ്ദേഹം അടുത്ത സെക്കന്റിൽ ടിക്കറ്റ് വച്ചുനീട്ടി.

“ബാക്കി ഇറങ്ങുമ്പോൾ വാങ്ങിച്ചോളൂ - ചെയ്ഞ്ചില്ല;” തന്ന ടിക്കറ്റ് തിരികെ വാങ്ങി, അതിന്റെ പുറകിൽ ‘8’ എന്നൊരു സംഖ്യ എഴുതി വട്ടം വരച്ച് അയാൾ തിരികെ തന്നു.

ശരിയെന്ന മട്ടിൽ അവളും തലയാട്ടി.

മുഖത്തുപോലും നോക്കാതെ അയാൾ അടുത്ത യാത്രക്കാരിയിലേക്ക് നീങ്ങി.

ശരിക്കും ഈ മനുഷ്യർ എല്ലാം ഇങ്ങനെതന്നെയല്ലേ?

ഒരു മനുഷ്യൻ മറ്റൊരു മനുഷ്യരിൽ നിന്ന് ലഭിക്കാനുള്ളതൊക്കെ കിട്ടിക്കഴിഞ്ഞാൽ തീർച്ചയായും തിരിഞ്ഞുനടക്കും. ഒരു നന്ദിവാക്കുപോലും പറയാതെ.

അവളപ്പോൾ എവിടെയോ കുറിച്ചുകണ്ട ചില വരികൾ ഓർത്തെടുത്തു. “പക്ഷേ അയാൾ വന്നതേയില്ല. ഒരിക്കലും അവൾ അയാളെ തിരഞ്ഞ് ചെന്ന്, കിട്ടാതെപോയ മറുപടിക്ക് കാതോർത്തില്ല. തിരഞ്ഞ് പോയാൽ ഒരുപക്ഷേ മുറിപ്പെട്ടുപോയാലോ?”

പെട്ടെന്ന് മനസ്സിൽ കടന്നുകൂടിയ വാക്കുകൾക്ക് കണ്ണുകൾ നനവ് കൊണ്ട് മറുപടി നൽകി.

‘മഴ കുറച്ച് കുറഞ്ഞിരിക്കുന്നു.’

അവൾ പുറത്തേയ്ക്ക് നോക്കി ആത്മഗതം ചെയ്തു, ഒപ്പം ബാഗിനുള്ളിലെ ഒരു കുഞ്ഞ് പുസ്തകവും കൈയ്യിലെടുത്തു.

“ആരെയും ഞാൻ തേടിച്ചെന്നിട്ടില്ല, എല്ലാവരും എന്നെത്തേടി വരികയായിരുന്നു.” മീരാസാധുവിനോട് മാധവൻ ചെയ്ത ന്യായീകരണമോർത്ത് അവളൊന്ന് നെടുവീർപ്പിട്ടു.

വീണ്ടും ബാഗിനുള്ളിൽ പേന തിരയുന്നതിനിടയിൽ മറ്റെന്തിലോ അവളുടെ കൈയ്യൊന്ന് ഉടക്കി. മാസങ്ങൾക്ക് മുമ്പ് ഹരിക്ക് കൊടുക്കാൻ അവസാനമായി എഴുതി വച്ച മനോഹരമായ, കത്തായിരുന്നു അത്. അന്ന് ഒരിക്കൽപോലും വായിച്ചുനോക്കാതെ പശ തേയ്ച്ചു മടക്കിവച്ച ആ കത്തിലേയ്ക്ക് അവളുടെ കണ്ണുകൾ എത്തുന്നതിന് മുമ്പ്തന്നെ ഹൃദയം എത്തിക്കഴിഞ്ഞിരുന്നു.

“ഒന്ന് പൊട്ടിച്ചു വായിച്ചാലോ? ഭൂതകാലത്തിലെന്നപോലെ കുറെയധികം അപൂർണ്ണമായ മനോഹരമായ കാഴ്ചകൾ അവളുടെ മനസ്സിലൂടെ കടന്നുപോയി.

കത്ത് പുറത്തേയ്ക്കെടുത്തു മെല്ലെ അതിന്റെ പുറമൊന്ന് തലോടി, ഒപ്പം ഓർമ്മകളെയും.

അവളാ കത്ത് പൊട്ടിച്ചു....

06/04/2020
Delhi
@11.24 pm.

'എടോ.....'

അതെ എനിക്ക് തന്നോട് പ്രണയമാണ്... വെറുമൊരു പ്രണയത്തിനപ്പുറം സൗഹൃദമാണ്... നിന്റെ കൈവിരലുകൾ എന്നിലേക്ക് പതിക്കാതെയും നിന്റെ കണ്ണുകൾ എന്നിലേക്ക് നോക്കാതെയും നിന്റെ നെഞ്ചിലെ ചൂട് അറിയാതെയും നിന്നെ ഞാൻ ഒത്തിരി സ്നേഹിക്കുന്നുണ്ട്. ഇന്ന്, ഇന്ന് മാത്രം നിന്നോടൊപ്പമായിരുന്നെങ്കിൽ; ഈ രാത്രി അവസാനിക്കരുതെന്ന് ഞാൻ ആഗ്രഹിച്ചേനെ. ഒരു സ്വപ്നത്തിലെന്നപോലെ നീയെന്റെ അരികിൽ വന്നിരിക്കാറുണ്ട്, നിന്നിലേക്ക് നിന്റെ നോട്ടം കൊണ്ട് എന്നെ വാരിപ്പുണരാറുണ്ട്... പിന്നെ ആർക്കുവേണ്ടിയും മാറ്റിവയ്ക്കാത്ത, നിന്റെ ചുരുണ്ട ഹൃദയംകൊണ്ട് നീയെനിക്ക് നറുചുംബനങ്ങൾ നല്കാറുണ്ട്. ഞാനും നീയും മാത്രമായ നമ്മുടെ ലോകത്തിലേക്ക്, നീയോ ഞാനോ ആരെയും കടത്തിവിടുന്നത് എനിക്ക് ഇഷ്ടമല്ലാതായിരിക്കുന്നു. ആ ഇഷ്ടക്കുറവിന് കാരണം നിന്നോട് എനിക്കുള്ള ഇഷ്ടക്കൂടുതലാണെന്ന് കൂട്ടിക്കോളൂ. ഇനിയൊരിക്കലും നശിക്കാൻ, നശിപ്പിക്കാൻ ആഗ്രഹമില്ലാത്ത നിന്നോടുള്ള എന്റെ പ്രണയത്തെ നിനക്ക് മാത്രമായി ഞാൻ തരുകയാണ്. അർഹതയില്ലാതെ സ്നേഹിക്കപ്പെടുവാൻ ആഗ്രഹമില്ലാതെയല്ല; മറിച്ച് ഇനിയൊരിക്കൽ നിനക്കതൊരു ശല്യമാകാതിരിക്കാൻ. "നീയെന്റെ അരികിലുള്ളപ്പോൾ ജീവിതം മനോഹരമായിരുന്നു. മറ്റെന്തിനേക്കാളും എത്രയോ മടങ്ങ് സൗന്ദര്യമായിരുന്നു അതിന്.

- നിന്നെ ഒത്തിരി സ്നേഹിക്കുന്ന എനിക്ക് വിട.

കണ്ണിൽ മഴത്തുള്ളികൾ വന്നുപതിച്ചതാണെന്ന ധാരണ തെറ്റി; മഴ മാറിയിരിക്കുന്നു.

അവൾ വീണ്ടും പുറത്തേയ്ക്ക് നോക്കി, കൈയ്യിലിരുന്ന കത്ത് പൊട്ടിച്ചപോലെ തിരിച്ച് മടക്കി ബാഗിനുള്ളിലാക്കി.

ചില ഓർമ്മകളെ അതേപോലെ തിരിച്ചുവയ്ക്കുന്നതാകും ഭംഗി; അത് നമ്മളെ സങ്കടപ്പെടുത്തുന്നതുകൊണ്ടോ നിരാശപ്പെടുത്തുന്നതുകൊണ്ടോ അല്ല, നേരെ മറിച്ച് അതിന്റെ അവസാനം അത്ര മനോഹരമായിരിക്കില്ല എന്നതുകൊണ്ട്.

തൃശ്ശൂർ എത്താൻ ഇനിയും ഒന്നരമണിക്കൂർ; കുടുങ്ങിക്കിടന്ന ഹെഡ്സെറ്റിന്റെ കുരുക്കഴിച്ച് പണ്ടെങ്ങോ ആരോ പാടിയ പാട്ടിന്റെ ഈണത്തിനൊപ്പം അവൾ മിഴികൾ മെല്ലെ അടച്ചു.

സൂര്യനായ് തഴുകി ഉറക്കമുണർത്തുമെൻ

അച്ഛനെയാണെനിക്കിഷ്ടം...

രണ്ട്

"അമ്മ അച്ഛനല്ല; കാക്കയ്ക്കും പുള്ളിനും വിട്ടുകൊടുക്കാതെ നെഞ്ചോടു ചേർത്തുവച്ച് അവന്റെ തൂവലുകളെ ഭാരപ്പെടുത്തിയ അമ്മ തീർച്ചയായും അച്ഛനല്ല, എന്നാൽ അച്ഛൻ അമ്മയാണ് താനും!"

- Fr. ബോബി ജോസ് കട്ടിക്കാട്
(കൂട്ട്)

തലേ ദിവസത്തെ വഴക്ക് തീർന്നു എന്നവണ്ണം മഹേഷ് അവളെ വന്ന് കെട്ടിപ്പിടിച്ചു, ഒന്നും മിണ്ടാതെ അവനിലേക്ക് മുഖം കൊടുക്കാതെ അവൾ തിരിഞ്ഞു കിടന്നു. അവൻ പിണക്കം മാറ്റുവാൻ എന്തൊക്കെയോ ചോദിച്ചുകൊണ്ടിരുന്നു. മനസ്സിൽ വാക്കുകൾ സ്പർശിക്കാതെ അതിനുള്ള ഉത്തരങ്ങൾ അവളും പറഞ്ഞുവച്ചു.

"ഞാൻ പെട്ടെന്ന് ഒരു ദിവസം മരിച്ചാൽ നീ എന്ത് ചെയ്യും?"

മഹേഷ് കുറച്ചുകൂടെ അടുപ്പത്തിൽ അവളെ അമർത്തിപ്പിടിച്ചു കൊണ്ട് ചോദിച്ചു.

"ഇതേപ്പറ്റി ഒരുപാട് തവണ ഞാൻ ആലോചിച്ചിട്ടുണ്ട്."

വളരെ വേഗത്തിലായിരുന്നു അതിനുള്ള അവളുടെ മറുപടി.

"എന്നിട്ട് എന്തു തോന്നി?"

"വിഷമം വരും, പക്ഷേ എല്ലാ വിഷമത്തിനും ഒരു expiry date ഉണ്ടല്ലോ?, പിന്നെയും ജീവിക്കും, അല്ലാതെ കൂടെ വന്ന് മരിക്കാനൊന്നും പറ്റില്ലല്ലോ!"

കുറച്ച് സെക്കന്റിന്റെ നിശ്ശബ്ദതയ്ക്ക് ശേഷം അവൻ വീണ്ടും ചോദിച്ചു.

"നിന്റെ അച്ഛൻ മരിക്കുന്നതിനുമുമ്പ് എന്നാണ് നീ അവസാനമായി കണ്ടത്?"

കൃത്യം ഒരാഴ്ച മുമ്പ്.

“അപ്പോൾ അച്ഛൻ മരിക്കുമ്പോൾ നീ എവിടെയായിരുന്നു? ഇടുക്കിയിൽ; കോളേജ് ഹോസ്റ്റലിൽ.”

“എന്നിട്ട് നിന്നെ അവിടെനിന്ന് കൂട്ടിക്കൊണ്ട് വരുകയാണോ ചെയ്തത്?”

“അല്ല; ഞാൻ ഒറ്റയ്ക്ക്, ബസ്സിൽ - അവിടെ നിന്നും തിരുവനന്തപുരത്തേയ്ക്ക്.”

അത്രയും പറഞ്ഞ് അവൾ ഒന്നനങ്ങി, തിരിഞ്ഞു കിടന്നു. അപ്പോൾ അവളുടെ കണ്ണുകൾ നിറഞ്ഞത് അവൻ കണ്ടില്ല, അവൻ അറിഞ്ഞില്ല എന്നു പറയുന്നതാവും കൂടുതൽ ശരി.

മഹേഷ് എഴുന്നേറ്റ്, ഉറങ്ങാറായ കുഞ്ഞിനേയും തോളിലിട്ട് മുറിയിൽ അങ്ങോട്ടുമിങ്ങോട്ടും നടന്നു. കൈയ്യിലിരിക്കുന്ന ഒന്നര വയസ്സുകാരി ഇടംകണ്ണിട്ട് അവനെ നോക്കി ചിരിക്കുന്നുണ്ട്, പിന്നെ ആ നേരിയ വെളിച്ചത്തിൽ എന്തൊക്കെയോ കുശലം പറയുന്നുമുണ്ട്.

ആ നിമിഷങ്ങളെ പാതിയടഞ്ഞ മനസ്സുമായി അവളങ്ങനെ ഉറ്റുനോക്കി.

എന്റെ അച്ഛനും ഇതുപോലെ എന്റെ കണ്ണുകളിലേക്ക് നോക്കി ചിരിപ്പിക്കുമായിരുന്നോ? ഞാൻ ഉറങ്ങുവോളം എനിക്ക് കാവൽ നിൽക്കുമായിരുന്നോ? ഓരോ ചോദ്യങ്ങൾ ഇങ്ങനെ പടിപടിയായി മനസ്സിൽക്കയറിവന്നു, പിന്നെ കണ്ണീരിന്റെ രൂപത്തിലും. അവളുടെ ഓർമ്മകൾ അഞ്ച് വർഷം മുമ്പുള്ള ഒരു രാത്രിയിലെ രണ്ടാം യാമത്തിൽ ചെന്നവസാനിച്ചു.

2018 സെപ്തംബർ 24; 03.30 am.

ഫോൺ നിർത്താതെ വൈബ്രേറ്റ് ചെയ്യുന്ന ഒച്ചകേട്ടാണ് അവൾ ഉണർന്നത്. രണ്ട് വർഷം മുമ്പ് ചേട്ടന്റെ കല്യാണത്തിന് എടുത്ത അച്ഛന്റെ നിശ്ശബ്ദമായ ചിത്രം ഫോണിന്റെ സ്ക്രീനിൽ മിന്നിമറയുന്നുണ്ടായിരുന്നു.

അച്ഛൻ!

“ഹലോ, അച്ഛാ,” അവൾ പാതി ഉറക്കത്തിൽ വിളിച്ചു.

“ഹലോ, നന്ദു അല്ലേ? ഇത് തിരുവനന്തപുരം ജില്ലാ ആശുപത്രിയിൽ നിന്നാണ്, ഫോണിൽ അവസാനം ഡയൽ ചെയ്തിരുന്ന നമ്പറിലേയ്ക്കാണ് വിളിച്ചത്... ഇത് ആരാണ്? മോളാണോ? അതോ ഭാര്യയാണോ?”

RTC
MALABAR
TR 39
KL-15/7831

“ഞാൻ... ഞാൻ മോളാണ്” - ഏതോ സ്വപ്നത്തിലെന്നപോലെ അവൾ മറുപടി പറഞ്ഞു.

“ആ... ഓക്കെ! കുട്ടിയുടെ ചേട്ടനോടോ, മറ്റ് ആണുങ്ങളാരെങ്കിലു മോടോ, ഈ നമ്പറിൽ വേഗം വിളിക്കാൻ പറയണം. മോളുടെ അച്ഛൻ ഇവിടെ, ഹോസ്പിറ്റലിൽ അഡ്മിറ്റാണ്. വേഗം പറയണം.”

എതിരെ നിന്ന് കേട്ട ശബ്ദം പെട്ടെന്ന് നിലച്ചു. എന്താണ് സംഭ വിക്കുന്നത് എന്നറിയാതെ വേഗത്തിൽ അവൾ അച്ഛന്റെ അനിയനെ ഫോണിൽ ഡയൽ ചെയ്തു. കഴിഞ്ഞ കോളിൽ പറഞ്ഞ കാര്യ ങ്ങൾ ഒറ്റ ശ്വാസത്തിൽ പറഞ്ഞവസാനിപ്പിച്ചു.

അഞ്ച് - ആറ് മിനിറ്റുകൾക്ക് ശേഷം അവളുടെ ഫോൺ റിങ്ങ് ചെയ്തു. ചേട്ടനാണ്.

“നന്ദൂ, നീ വേഗം ഇങ്ങോട്ട് പോരണം; ആദ്യം കിട്ടുന്ന ബസ്സിൽ തന്നെ.”

കൂടുതലൊന്നും അങ്ങോട്ടോ ഇങ്ങോട്ടോ അവർ സംസാരിച്ചില്ല.

വേഗത്തിൽ കൈയ്യിൽ കിട്ടിയ ഡ്രസ്സും ആകെ ഉണ്ടായിരുന്ന ആയിരത്തി ഇരുനൂറ് രൂപയുമെടുത്ത് അവൾ റൂമിൽ നിന്നും ഇറങ്ങി.

തൊട്ടപ്പുറത്തെ മുറിയിലെ, ഹോസ്റ്റൽ വാർഡനെ, തട്ടി എഴു ന്നേൽപ്പിച്ച് കാര്യം പറഞ്ഞു.

“ബസ്സ്, മുണ്ടക്കയത്തേയ്ക്ക് ഇനി 4.40 am -നാണ്.” വാർഡൻ ഓർമ്മിപ്പിച്ചു.

സമയം 4.20 am.

തിരുവനന്തപുരത്തേയ്ക്ക് ബസ്സ് കയറുവാൻ, കൈയ്യിൽ ബാഗു മായി നിൽക്കുമ്പോൾ അവളുടെ മനസ്സിലൂടെ പല വികാര വിചാര ങ്ങളും കടന്നുപൊയ്ക്കൊണ്ടിരുന്നു.

“സ്റ്റേഷനിൽ നിർത്തിയിട്ട് ഒരു മിനിറ്റിനകത്ത് എടുക്കുന്ന തീവണ്ടിയെന്നപോലെ, ആളുകൾ, സമയങ്ങൾ, സാഹചര്യങ്ങൾ... ഇങ്ങനെയിങ്ങനെ പലതും മാറി മാറി...”

ബസ്സ് വന്നു. ടിക്കറ്റ് എടുത്ത് ആളൊഴിഞ്ഞ സീറ്റിൽ സ്ഥാനം പിടിച്ചു. വെളുപ്പിനായതുകൊണ്ട് തിരക്ക് നന്നേ കുറവായിരുന്നു. നന്ദിത; അച്ഛന്റെ നന്ദു; അവളുടെ മനസ്സ് ഓർമ്മകളുടെ തിരക്കിൽ തിങ്ങി അമർന്നു.

മുന്നോട്ടു പോകുന്ന ബസ്സിന്റെ സ്പീഡിൽ അവളുടെ മനസ്സും വേഗത്തിൽ സഞ്ചരിച്ചു.

"എനിക്കറിയാം, ഇനി 'അച്ഛാ' എന്ന് വിളിക്കുവാൻ എനിക്കാരുമില്ലെന്ന്, ആ വ്യക്തി കുറച്ച് മുമ്പേ എന്നെ തനിച്ചാക്കി പോയെന്ന്." ഇറ്റുവീഴാൻ നിൽക്കുന്ന കണ്ണുനീരിനെ പിടിച്ചു നിർത്തിക്കൊണ്ട് അവൾ ഹൃദയത്തോട് എന്തൊക്കെയോ പറഞ്ഞുകൊണ്ടിരുന്നു.

'അതെ! കുഞ്ഞുനാളിൽ അച്ഛൻ താലോലിച്ചത് അവൾക്ക് ഒട്ടുമേ ഓർമ്മയില്ല; രണ്ടോ മൂന്നോ വർഷം കൂടുമ്പോൾ ബാഗ് നിറയെ മിഠായിയും ഡ്രസ്സും ഒക്കെയായി തന്നെ കാണാൻ വരാറുള്ള, കഷ്ടിച്ച് ഒരു മാസം മാത്രം സ്ഥിരമായി വീട്ടിൽ നിൽക്കുന്ന അച്ഛനെ മാത്രമേ അവൾക്ക് അറിയൂ.

പിന്നെ പ്രവാസജീവിതം മതിയാക്കി, ഒരു കൊല്ലം മുമ്പ് നാട്ടിൽ വന്ന് താമസം തുടങ്ങിയ അച്ഛനേയും.

അമ്മ, ദൂരേയ്ക്ക് എവിടെയും പോകേണ്ട, അടുത്ത് ജോലി ചെയ്താൽ മതിയെന്ന് പറഞ്ഞപ്പോൾ, "അവൾ പഠിച്ചതാണ്" അവളുടെ കരിയറാണെന്ന് പറഞ്ഞ് സപ്പോർട്ട് ചെയ്ത, അവളുടെ ഇഷ്ടങ്ങൾക്ക് ഒന്നും 'നോ' പറയാത്ത, എല്ലാ ആഴ്ചയും അവളെ ബസ്സ് കയറ്റി വിടാൻ ഒപ്പം കൂടിയിരുന്ന, അമ്മയുടെയും ബന്ധുക്കളുടെയും മുമ്പിൽ നിശ്ശബ്ദനായി എല്ലാം കേട്ടിരുന്നിരുന്ന, ഒടുവിൽ അവസാനത്തെ കോളിൽ അവൾ കയറിക്കൂടിയ, അച്ഛനെയും അവൾക്ക് അറിയാമായിരുന്നു.

അച്ഛനെ കെട്ടിപ്പിടിച്ച് ഒരുമ്മ കൊടുത്ത നിമിഷം അവളുടെ ഓർമ്മയിലില്ലായിരുന്നു. അവസാനം നാമം ചൊല്ലി അച്ഛനെ ചിതയിലേയ്ക്ക് എടുക്കുംമുമ്പ് അവൾ ആ നെറ്റിയിൽ ചുംബിച്ചു. അത്രയും നാളത്തെ, ഇരുപത്തിയഞ്ച് വർഷത്തെ അച്ഛനോടുള്ള സ്നേഹമായിരുന്നു ആ അവസാനത്തേതും ആദ്യത്തേതുമായ ചുംബനം.

"ഇല്ല ആ മനുഷ്യനെ സ്നേഹിച്ചതുപോലെ, സ്നേഹിക്കുന്നപോലെ, പിന്നെ അദ്ദേഹം മരിച്ചപ്പോൾ വേദനിച്ചപോലെ ഇനി ആര് വിട്ട് പിരിഞ്ഞാലും വേദനിക്കില്ല."

മഹേഷിനോടുള്ള നന്ദിതയുടെ ഉത്തരമായിരുന്നു, അവളുടെ മനസ്സിൽ അലയടിച്ച അവസാനത്തെ രണ്ട് വരികൾ!

മൂന്ന്

"ഒരാളെ സത്യസന്ധമായി, സ്നേഹിക്കാൻ സാധിക്കുകയെന്നത് വലിയൊരു അനുഗ്രഹമായി തോന്നിയിട്ടുണ്ട്, അതിന്റെ പേരിൽ മുറിവുകൾ ഉണ്ടായാലും ആ മുറിവിനും എവിടെയോ ഒരു സ്നേഹസുഗന്ധം ഉണ്ടെന്ന് തോന്നിപ്പോകുന്നു."

– *Joseph Annakutty Jose*

(ദൈവത്തിന്റെ ചാരന്മാർ)

"തൃശ്ശൂർ"

പുറകിൽ നിന്നും ഡ്രൈവറിന് കേൾക്കാൻ പറ്റുന്നത്രയും ഒച്ചയിൽ കണ്ടക്ടർ വിളിച്ചു പറഞ്ഞു. പെട്ടെന്ന് അവൾ തിരക്ക് കൂട്ടി എഴുന്നേറ്റ് വാച്ചിലേയ്ക്ക് നോക്കി. 9.45 pm.

'ഹാ! ഒരു 10 മിനിറ്റ് വൈകിയിട്ടുണ്ട്.'

തിക്കിത്തിരക്കിനിടയിൽപ്പെട്ട് ഒരു കൈയ്യിൽ ബാഗും മറ്റേ കൈയ്യിൽ ഹെഡ്സെറ്റുമായി നന്ദിത എഴുന്നേറ്റു.

കണ്ടക്ടർ മണിയൊരെണ്ണം കൊട്ടി!

പിന്നിലേക്കു നോക്കാതെ തിടുക്കത്തിൽ ബസിന്റെ പടിയിറങ്ങിയ അവളെ അദ്ദേഹം രണ്ടുകൈയ്യും കൊട്ടി വിളിച്ചു.

"അതേ, ബാക്കി വേണ്ടേ?"

ആ... അപ്പോഴാണ് ആ വട്ടമിട്ട എട്ടിന്റെ കഥ അവൾ ഓർത്തത്.

"മറന്നുപോയി, ദാ ടിക്കറ്റ്, എട്ട് രൂപയാണ് തരേണ്ടത്."

അവൾ ഇടതുകൈ അയാൾക്കു നേരെ നീട്ടിപ്പിടിച്ചു പറഞ്ഞു.

രണ്ടിന്റെ നാല് തുട്ടുകൾ അയാൾ അവളുടെ കൈവെള്ളയിലേക്ക് ഇട്ടുകൊടുത്തു.

ശേഷം ഇരട്ടമണിയടിച്ച് ബസ്സ് പിന്നിലേക്ക് പോയി.

തൃശ്ശൂർ KSRTCക്ക് തൃശ്ശൂർ റൗണ്ട് പോലെതന്നെ ഒരു വട്ടമുണ്ട്. ഒരു വട്ടത്തിലൂടെ കയറി അടുത്തതിലേക്ക് എത്താം. അങ്ങനെ ഒരു ഓട്ടോ കിട്ടുമോ എന്നുള്ള അന്വേഷണവും നടത്തവും ഒന്നിച്ചാക്കി അവൾ മുന്നോട്ടു പോയി.

ഒരു വഴിയിലൂടെ സ്റ്റാന്റിന് പുറത്തേയ്ക്കിറങ്ങി. അധികം ആളുകളെയൊന്നും കണ്ടില്ല; റോഡ് കടക്കാൻ ശ്രമിക്കുന്നതിനിടെ പെട്ടെന്ന് ഇടതുവശത്തുനിന്ന് വന്ന ഒരു ബുള്ളറ്റിന്റെ ഒച്ച അവളെ ആ വഴിവക്കിൽ തന്നെ പിടിച്ചുനിർത്തി.

ബ്രേക്കിട്ടപോലെ കാലിന്റെ സ്പീഡ് നിന്നു; ആ ഒച്ച വരുന്ന വശത്തേയ്ക്ക് അവൾ നോക്കി... ആ നോട്ടത്തിൽ ഹൃദയമിടിപ്പിന്റെ വേഗത അവളറിയാതെ കൂടുന്നുണ്ടായിരുന്നു... കൺമഷി പടർന്ന കണ്ണുകൾ ആരെയോ തേടിക്കൊണ്ടിരുന്നു.

“Thu Safar Mera, hei thu hi meri manzil...

there bina guzara, ae dil hai mushkil...”

[“You are my journey, you are my destination too...

To live without you, O’ heart, is difficult!”]

തൊട്ടടുത്ത ചായക്കടയിലെ പാട്ടിന്റെ ഒപ്പം അവൾ ആ ബുള്ളറ്റിന്റെ നമ്പർ വായിച്ചെടുക്കാൻ ശ്രമിച്ചു.

KL 08 SR 8213.

അല്ല; KL 08 SR 8212! ഒന്നുകൂടെ തിരുത്തിപ്പറഞ്ഞപ്പോഴേയ്ക്കും ചുറ്റും നിശ്ശബ്ദമായി.

“എന്നിരുന്നാലും നിന്റെ സ്വരത്തിന് എന്റെ നിശ്ശബ്ദതയിൽ മനോഹാരിത ഏറെയാണ്.”

കുറെ നാളുകൾക്ക് മുമ്പ് അവളുടെ പേഴ്സണൽ നോട്ടിൽ എഴുതിയിട്ട വരികൾ, ഹൃദയത്തിൽ ഒരു മുൾമുന കൊള്ളുന്നപോലെ കടന്നുപോയി.

ഹരി!

എറണാകുളത്തു നിന്ന് തൃശ്ശൂരിലേക്കുള്ള താമസവും ജോലിയും മാറിയിട്ട് ഏകദേശം ഒരു വർഷം ആയിരിക്കുന്നു.

കടന്നുപോയ ഒരു വർഷത്തിന് പുതിയതായി ഒന്നും നൽകാനോ പഴയതൊക്കെ ഇല്ലാണ്ടാക്കാനോ കഴിഞ്ഞില്ല.

പക്ഷേ, വടക്കുന്നാഥനെയും ശക്തൻസ്റ്റാന്റിനെയും പുത്തൻ പള്ളിയേയും നന്ദിത സ്നേഹിക്കുവാൻ തുടങ്ങിയിരുന്നു.

7 December 2022

ബാങ്കിന്റെ പുതിയ ബ്രാഞ്ച് ഓപ്പണിംഗ് ആണ്. തൃശ്ശൂരിലെ പോലെയല്ല. വടക്കാഞ്ചേരിയിൽ ആകെ മൂന്ന് നിലയാണ് ഉള്ളത്. മെയിൻ ബ്രാഞ്ചിന്റെ അത്രയും തലയെടുപ്പില്ലെങ്കിലും കാണാനൊരു ചേലൊക്കെയുണ്ട്.

മനസ്സിൽ ഇതൊക്കെ ഇട്ട് പിറുപിറുത്തുകൊണ്ട് നന്ദിത രണ്ടാം നിലയിലേയ്ക്ക് വളരെ തിടുക്കത്തിൽ ചാടിയോടിക്കയറി. ലിഫ്റ്റിനടുത്തുള്ള മുറിയിൽ മൂന്ന് നാല് പേര് ഇരിപ്പുണ്ട്.

ആഹ്! ഇവളിവിടെ ഉണ്ടായിരുന്നല്ലേ; ഭാഗ്യം.

പരിചയമില്ലാത്തവരുടെ ഇടയിൽ ഏറെപ്പരിചയം ഉള്ള ആനിയുടെ മുഖം നന്ദിതയ്ക്ക് ചെറിയ തോതിൽ ആശ്വാസം നൽകി.

"എടോ, താഴത്തെ ഫ്ളോറിൽ എല്ലാ കംപ്യൂട്ടറും ഡൗൺ ആണ്; നീയൊന്ന് വേഗം വായോ," നന്ദിത അവളുടെ കൈകളിൽപ്പിടിച്ച് തിരക്കഭിനയിച്ചു.

"നീയൊന്ന് നിൽക്ക്, ഇവരെയൊക്കെ പരിചയപ്പെടുത്തിത്തരാം" ആനിയുടെ വാക്കിന് ചെവികൊടുത്തുവെന്നറിയിക്കാൻ അവൾ അവിടെ ഇരുന്നിരുന്ന എല്ലാവരേയും ഒന്നോടിച്ചു നോക്കി, മുഖം തിരിച്ചു. ഉദ്ഘാടനവും ആദ്യദിവസത്തെ തിരക്കും ഒക്കെ കഴിഞ്ഞു വീട്ടിലെത്തിയപ്പോൾ ഏറെ വൈകി.

സമയം 11.30 pm.

"You are added to a new Group"

"Whatsapp Notification" ചെറുതായൊന്ന് വന്ന് പോയത് ക്ഷീണത്തിനിടയിൽ എപ്പോഴോ നന്ദിത കണ്ടു.

ഫോൺ സൈലന്റ് മോഡിലാക്കി അവൾ അഗാധനിദ്രയിലേക്ക്! പിറ്റേ ദിവസം രാവിലെ എഴുന്നേറ്റപ്പോൾ തന്നെ, കണ്ടത് ഫോണിലെ '72 message', Notification ടാഗും ആണ്.

"എനിക്കാരാ ഇത്രയും Message ചെയ്യാൻ" എന്നും പറഞ്ഞ് നോക്കിയപ്പോൾ, ഇന്നലെ തന്നെ Add up ചെയ്ത "New branch IT Company"യുടെ ഗ്രൂപ്പിലേതായിരുന്നു.

"ഞാനെന്തിനാ ഇവിടെ" എന്നൊരു smiley സ്വന്തമായിത്തന്നെയിട്ട്, വേഗത്തിൽ റെഡിയായി ബാങ്കിലേക്ക് പോയി.

റൂട്ടീൻ വർക്കിനിടയിൽപ്പെട്ട്, ഓപ്പൺ ചെയ്യാതെ ആ വാട്ട്സാപ്പ് ഗ്രൂപ്പ് നിറഞ്ഞുകവിഞ്ഞുകൊണ്ടിരുന്നു.

വൈകീട്ട് ഏകദേശം 6.30 ഓടുകൂടി വീട്ടിലെത്തി. കാര്യങ്ങൾ ഒക്കെ കഴിഞ്ഞ് Rest Mode on ആക്കി.

അലമാരയിൽ കൂട്ടംതെറ്റിക്കാതെവച്ചിരുന്ന ബുക്കുകളിൽ ഒന്ന് വലിച്ചെടുത്തു.

"സ്നേഹം! കാമം! ഭ്രാന്ത്!"

രണ്ട് തവണ വായിച്ചെങ്കിലും വീണ്ടും എന്തോ ഒന്ന്, അല്ല, സഹ്‌ല, നന്ദിതയെ വിളിക്കുന്ന പോലെ തോന്നി. പക്ഷേ ചുമ്മാ പേജ് മറിച്ചപ്പോൾ ചെന്നുപെട്ടത് മാമ്പായുടെ കൈകളിൽ ആയിരുന്നു.

"Do you have time for a cup of coffee?! I have something to share with you!" (Page 150)

അപ്പോഴേക്കും നന്ദിതയുടെ ഫോണിൽ ഒരു മെസ്സേജിന്റെ നോട്ടിഫിക്കേഷൻ വന്നിരുന്നു. ഇതുവരെയും സേവ് ചെയ്യാത്ത, കോൺടാക്റ്റ് ലിസ്റ്റിൽ ഇല്ലാത്ത നമ്പറാണ്. ഒരു "വോയ്സ് ക്ലിപ്പ്" പിന്നെ Good night with Exclamation Mark ഉം.

"എടോ, ഇത് ഗ്രൂപ്പിൽ വന്നതാണ്. ഞാൻ നാളെ ചെക്ക് ചെയ്തിട്ട് ഡീറ്റെയിൽസ് പറയാം. നിങ്ങളുടെ പുതിയ ബ്രാഞ്ചിന്റെ അപ്ഡേഷൻ ആണ്." ഇതായിരുന്നു ആ 28 സെക്കന്റിന്റെ വോയ്സ്.

ഇവനാരാ എനിക്കിത് അയയ്ക്കാൻ എന്ന് മനസ്സിൽ ചോദിച്ചുകൊണ്ട് നന്ദിത ആനിയെ വിളിച്ചു. കാര്യം രാത്രി പത്തുമണി കഴിഞ്ഞെങ്കിലും കോൾ എടുത്തു. നന്ദിത കാര്യം പറഞ്ഞ് കോൾ കട്ട് ചെയ്യാൻ ഒരുങ്ങിയപ്പോൾ ആനി കൂട്ടിച്ചേർത്തു.

"അത് ഹരിയാണ്; നീ ഒരിക്കൽ കണ്ടിട്ടുണ്ടാകും; വടക്കാഞ്ചേരി ബ്രാഞ്ച് ഓപ്പണിങ്ങിന്, അന്ന് അവിടെ ഉണ്ടായിരുന്നു. നിന്റെ നമ്പർ ഗ്രൂപ്പിൽ നിന്നാവും; ഏയ് അല്ല, നീ തന്നെയല്ലേ അന്ന് കംപ്യൂട്ടർ ഇഷ്യൂ വന്നപ്പോൾ message ചെയ്തത്. അങ്ങനെയാവും save ചെയ്തിട്ടുണ്ടാവുക."

"ഓക്കെ! നോ ഇഷ്യൂസ്. ഞാൻ നിന്നോട് പറഞ്ഞെന്നെയുള്ളൂ." നന്ദിത കൂട്ടിച്ചേർത്തു.

അപ്പോൾ ശരി, Bye, Goodnight, സീ യൂ.

ഓകെ ഗുഡ്നൈറ്റ്. ഫോൺ കട്ട് ചെയ്തു.

നന്ദിത വീണ്ടും വീണ്ടും മാമ്പായുടെ ആ വരികളിൽ ഇങ്ങനെ അങ്ങോട്ടുമിങ്ങോട്ടും നിന്നു... രണ്ട് മൂന്ന് തവണ ആ വോയ്സ് പ്ലേ ചെയ്ത് കേട്ടുകൊണ്ടേയിരുന്നു.

ചില ശബ്ദങ്ങൾക്ക് നമ്മളെ പിടിച്ചിരുത്തുവാൻ കഴിവുണ്ട്. മുൻപ് എങ്ങോ കേട്ട് മറന്ന, കേൾക്കുവാൻ ആഗ്രഹിച്ച ഒന്നായിരിക്കാം ചിലപ്പോൾ അത്. അതിനാലാവും നിശ്ശബ്ദതയിൽ അതിന് അത്രയേറെ ഭംഗി നൽകുവാൻ കഴിയുന്നത്.

പിറ്റേന്ന് രാവിലെ ഉണർന്നയുടൻ അവളുടെ കൈവിരലുകൾ പോയത് ഇന്നലത്തെ ബാക്കിപത്രമായ വോയ്സ് നോട്ട്സിലേക്കാണ്. തന്റെ പ്രൊഫഷണൽ ലൈഫിൽ ഇതുവരേയും തന്നോട് ഇത്രയും സൗമ്യമായി ആരും തന്നെ മിണ്ടിയിരുന്നില്ല എന്ന ചിന്ത അവളിൽ ചുമ്മാ കടന്നുകൂടി. അതിന് അവസരം കൊടുത്തിട്ടില്ല എന്ന് പറയുന്നതാവും കൂടുതൽ ശരി.

"എടീ പെണ്ണേ, സമയം 8.45 ആയി; ഇന്നും ഇനി ബ്രേക്ക് ഫാസ്റ്റ് കഴിക്കാതെ ആണോ പോകുന്നേ?"

അമ്മ അടുക്കളയിൽ നിന്ന് വിളിച്ചു കൂവി. നന്ദിത വേഗത്തിൽ റെഡിയായി, അതിലും വേഗത്തിൽ ഓഫീസിലെത്തി.

അവൾ ഹരിയുടെ നമ്പർ ഫോണിൽ ചുമ്മാതൊന്ന് സേവ് ചെയ്തു. എന്നിട്ട് അയച്ച മെസ്സേജിന് ഒക്കെയും റിപ്ലൈ കൊടുക്കാൻ തുടങ്ങി. പതിയെ പതിയെ നന്ദിതയും ഹരിയും നല്ല സുഹൃത്തുക്കളായി.

നാല്

“ഓരോ കത്തും ഓരോ ഓർമ്മയുടെ ഇല. അവയ്ക്കോരോ ന്നിനും ഓരോ നിറം... ഓരോരോ ഞരമ്പുകൾ... ഓരോ ഇല യിൽ തൊടുമ്പോഴും ഓരോ ഹൃദയരാഗം!”

– Fr. Bobby Jose Kattikkad

(കൂട്ട്)

സ്കൂളിൽ എട്ടാം ക്ലാസ്സിൽ പഠിച്ചിരുന്ന സമയത്ത്, ലൈല ടീച്ച റായിരുന്നു മലയാളം.

എല്ലാ കുട്ടികൾക്കും ലൈല ടീച്ചറിനെ ഇഷ്ടമായിരുന്നു വെങ്കിലും അതിലധികമായി പേടിയുമായിരുന്നു. തലേദിവസം പഠി പ്പിച്ച പാഠത്തിന്റെ ആസ്വാദനം പിറ്റേ ക്ലാസ്സിൽ ഒരു വരിപോലും വിടാതെ പറയിപ്പിച്ചിരുന്ന പ്രതിഭാസത്തിനുടമയായിരുന്നു നന്ദിതയുടെ ഓർമ്മയിലെ ലൈലടീച്ചർ. ടീച്ചർക്ക് അവളോട് വിദ്യാർത്ഥിനി എന്നതിൽക്കവിഞ്ഞൊരു സ്നേഹവും വാത്സല്യവും ഉണ്ടായിരുന്നു. ഒരു ദിവസം വൈകുന്നേരം മൂന്ന് മണിമുതൽ മൂന്നേ മുക്കാൽ വരെയുള്ള പിരീഡിൽ ലൈലടീച്ചർ വന്ന് ക്ലാസ്സിൽ നിങ്ങൾക്ക് ഏറ്റവും പ്രിയപ്പെട്ട ഒരാൾക്ക് കത്തെഴുതുവാൻ പറഞ്ഞു. എല്ലാവരും പേനയും പേപ്പറുമൊക്കെ എടുത്ത് കത്തെഴുതുവാൻ തുടങ്ങി. ആദ്യത്തെ അഞ്ചുപത്തു മിനിറ്റ് നന്ദിത താൻ ആർക്ക് എഴുതും എന്നുള്ള കൺഫ്യൂഷനിലായിരുന്നു.

“ആരും കത്തെഴുതുവാൻ ഇല്ലാത്ത, ഒരു കത്തിനുവേണ്ടിയും കാത്തിരിക്കാത്ത നിനക്ക്; എന്റേത് മാത്രമല്ലാത്ത നിനക്ക്.”

വേഗത്തിൽ മനസ്സിൽ വന്ന ആദ്യവാചകം അവൾ പേപ്പറിൽ പകർത്തിയശേഷം മനസ്സിൽ വന്ന ഓരോ വാക്കും അവളുടേത് മാത്രമല്ലാത്ത ആർക്കോ വേണ്ടിയുള്ളതായിരുന്നു. എട്ടാം ക്ലാസ്സു കാരിയുടെ അക്ഷരത്തെറ്റും പ്രാസവ്യത്യാസവും പിന്നെ ആശയ വിനിമയവും എല്ലാം കൂടിച്ചേർന്ന ഒരു ഒന്നാന്തരം കത്ത്! അര

മണിക്കൂറിനുശേഷം ടീച്ചർ വന്ന് എഴുതിയ കത്തൊക്കെ വാങ്ങിപ്പോയി. പക്ഷേ, അതിന് മറുപടിയൊന്നും ടീച്ചറിൽ നിന്നും ലഭിച്ചില്ല, പിന്നെ, എട്ടിൽ നിന്ന് ഒൻപതിലേയ്ക്കുള്ള തിരക്കിനിടയിൽ, അവസാനദിവസം കുറച്ച് അസൈൻമെന്റുകളും പരീക്ഷാപേപ്പറും ക്ലാസ്സിൽ ടീച്ചർ എത്തിച്ചിരുന്നു, കൂട്ടത്തിൽ 'എന്റേത് മാത്രമല്ലാത്ത നിനക്കും.'

"എടോ! താനെന്താ ഇങ്ങനെ ആലോചിക്കുന്നേ? ഒരു കാര്യം ചോദിച്ചിട്ട് മണിക്കൂർ ഒന്നാവാൻ പോകുന്നു."

ശരിക്കും നന്ദിതയൊന്ന് ഞെട്ടി.

"അയ്യോ, താൻ ഫോണിൽ ഉണ്ടായിരുന്നത് ഞാൻ കുറച്ച് സമയം ഓർത്തില്ലടോ, നമ്മൾ കത്തിന്റെ കാര്യം പറഞ്ഞപ്പോൾ പെട്ടെന്ന് സ്കൂളിൽ പഠിച്ചിരുന്നപ്പോൾ നടന്ന, എന്റെ ആദ്യകത്തിനെപ്പറ്റി ഓർത്ത് പോയതാ; സോറി; താൻ പറയ്,"

നന്ദിത ഹരിയോടായി പറഞ്ഞു.

"ഹും! എന്തായാലും കൊള്ളാം - എന്നാ ശരി, ഞാൻ വയ്ക്കുവാണ്. പിന്നെ കാണാം."

ഹരി ഫോൺ കട്ട് ചെയ്തു. നന്ദിതയുടെ മനസ്സ് കുടുങ്ങിക്കിടന്നത് ആ പഴയ കത്തിലായിരുന്നു. "എന്റേത് മാത്രമല്ലാത്ത നിനക്ക്." ഹരിക്കൊരു കത്തെഴുതിയാലോ? അവൾ ചുമ്മാ ചിന്തിച്ചു. എന്നിട്ട് തിരക്കിട്ട് പോയി ഹരിയെ വിളിച്ചു:

"എടോ, ഞാൻ, ഞാൻ തനിക്കൊരു കത്ത് എഴുതട്ടേ?"

"കത്തോ? എന്തിന്?"

"അല്ല, വെറുതെ, ഞാൻ എഴുതിയിട്ട് ഒത്തിരി നാളായി, അപ്പൊ വെറുതെയൊന്ന്, താനാവുമ്പോൾ ഞാൻ എന്ത് പൊട്ടത്തരം എഴുതിയാലും പ്രശ്നമില്ലല്ലോ?" നന്ദിത ഹരിയോട് പറഞ്ഞു.

"ഉവ്വ്, പക്ഷെ എനിക്ക് പണ്ടെങ്ങോ ഒരു കത്ത് കിട്ടിയതല്ലാതെ, ഇപ്പോൾ അങ്ങനെ ആരും അയക്കാറുമില്ല; തരാറുമില്ല."

"അയ്യേ; ഇത് ആ ടൈപ്പ് കത്തൊന്നുമല്ലടോ, ഞാൻ വെറുതെ എഴുതാനാ."

"ഹാ! എന്തെങ്കിലും ചെയ്തോ, No issues."

ആ അവസാനത്തെ 'No issues' ഒരു പ്രിവിലേജായെടുത്ത് അവൾ അന്ന് വൈകുന്നേരം തൊട്ടടുത്ത പോസ്റ്റോഫീസിൽ പോയി പതിനഞ്ച് ഇൻലന്റ് വാങ്ങി കൈയ്യിൽ പിടിച്ചു.

അന്ന് രാത്രി, ഏറെ നാളത്തേക്ക് ശേഷം അവൾ ഒരു കത്തെഴുതാൻ തുടങ്ങി.

26.01.2023
@10.25 pm.

എന്റേത് മാത്രമല്ലാത്ത നിനക്ക്;

ഹരീ; താനെനിക്ക് ആരായാണ് എന്നിലേയ്ക്ക് കടന്നു വന്നതെന്ന് അറിയില്ല. പക്ഷേ ഒന്നറിയാം, താൻ എന്റെ ബാക്കിയുള്ള ജീവിതത്തിൽ വേണം. I want you to be my second home for the rest of my life. ഇടയ്ക്കിടയ്ക്ക് വിഷമം തോന്നുമ്പോൾ മനസ്സുകൊണ്ട് ഒന്ന് കെട്ടിപ്പിടിക്കാനും സന്തോഷം തോന്നുമ്പോൾ ഓടിവന്ന് സംസാരിക്കാനും പിന്നെ തനിച്ചായെന്ന് തോന്നുമ്പോൾ ശബ്ദം കേൾക്കാനും മാത്രമായി, എനിക്ക് തന്നെ എന്റെ രണ്ടാമിടമാക്കണം.

ഒരിക്കലും പിടിച്ച് നിർത്താത്ത, സ്നേഹത്തിന് മാത്രം ഇടം കൊടുക്കുന്ന, കുഞ്ഞ് കുഞ്ഞ് പിണക്കങ്ങൾ ഉണ്ടാക്കുന്ന, ഇറങ്ങിപ്പോകുമ്പോൾ "പോയ്ക്കോ, എന്നിട്ട് നാളെ വന്നാൽ മതി" എന്നു പറയുന്ന, തന്റെയും എന്റെയും മാത്രമായ ഒരു "Second Home!" The most precious place, I feel the most comfortable.

അവിടെ താൻ കുറച്ചുപേരുടെ സുഹൃത്താണ്, അമ്മയുടെയും അച്ഛന്റെയും മകനാണ്, ചേച്ചിയുടെ അനിയനാണ്, പിന്നെ ആരുടെയൊക്കെയോ ആരോ ആണ്.

ഒരിക്കലും എന്റേത് മാത്രമല്ലാത്ത നിനക്ക്, ഏറേക്കാലത്തിനുശേഷം അക്ഷരങ്ങൾ കുറിക്കാൻ പ്രേരിപ്പിച്ചതിന് നന്ദി;

എന്ന് നന്ദിത.

അഞ്ച്

"When you meet someone for the first time, that's not the whole book; That's just the first page!"

- Brody Armstrong

രണ്ട് പേർ തമ്മിലുള്ള ആദ്യകൂടിക്കാഴ്ച പൗലോ കൊയ്‌ലോ പറഞ്ഞതുപോലെ ഒരു സാഹസികതയാണ്, പുതിയ കണ്ടെത്തലുകൾ തിങ്ങിനിറഞ്ഞ സാഹസികമായ യാത്രയുടെ തുടക്കം.

ഹരിയെ ആദ്യമായി കാണാൻ പോകുമ്പോൾ നന്ദിതയിൽ നിറഞ്ഞതും അങ്ങനെ ഒരുതരം സാഹസികതയുടെ തുടക്കമായിരുന്നു. അവനുവേണ്ടി ഓരോ കുഞ്ഞുകുപ്പിയിലും നോട്ട്സ് എഴുതി കുത്തിനിറയ്ക്കുമ്പോൾ, കാണുന്ന ഓരോ സമ്മാനങ്ങളും അവനുവേണ്ടി വാങ്ങിക്കൂട്ടുമ്പോൾ, ഒന്നിനുമീതെ ഒന്നായി, കുറെക്കൂടെ നല്ലത് അവനുവേണ്ടി തേടിയിറങ്ങുമ്പോൾ അതിലെല്ലാം ഒരുതരം സാഹസികതയുണ്ടായിരുന്നു. അവനിലൂടെ അവളിലെ എന്തോ ഒന്ന് കണ്ടെത്താനുള്ള സാഹസികത.

"ആനീ, നമുക്ക് ഇന്ന് വേഗത്തിൽ ഇറങ്ങണം, വീട്ടിൽ പോയതിന് ശേഷം വേണം Month end gatheringന് രാത്രി വരാൻ."

"നീ പോയി വന്നോ, ഇപ്പോൾ തന്നെ സമയം ആറ് കഴിഞ്ഞു. ഇനി രണ്ട് മണിക്കൂർ കൂടിയല്ലേ ഉള്ളൂ, പോരാത്തതിന് ഹരി വരുന്നുണ്ടെന്ന് പറഞ്ഞു. കുറച്ച് അപ്ഡേറ്റ്സും എടുക്കണം."

ആനി നന്ദിതയോടു പറഞ്ഞു.

"ആണോ? എങ്കിൽ പിന്നെ ഞാനും പോകുന്നില്ല," ഒരു മടുപ്പ് ഭാവത്തിൽ നന്ദിത പറഞ്ഞു.

"ഓക്കെ, എങ്കിൽ നീ ഇവിടിരുന്നോ, ഞാൻ ഒന്ന് സാറിന്റെ അടുത്ത് പോയി വരാം."

അതും പറഞ്ഞ് ആനി കാബിനിൽ നിന്നും ഇറങ്ങി.

നന്ദിത ആനിയുടെ കംപ്യൂട്ടർ സീറ്റിന് മുന്നിൽ വെറുതെ കയറി ഇരുന്നു. പെട്ടെന്ന് കാബിൻ ഡോർ തുറന്ന് ഒരാൾ കയറി വന്നു.

നന്ദിത പെട്ടെന്ന് അത്ഭുതത്തോടെ സീറ്റിൽനിന്ന് എഴുന്നേറ്റു. "ഹരി"

"ആ എടോ; താൻ ഇവിടെ ഉണ്ടായിരുന്നോ? എന്തൊക്കെയുണ്ട്?" ഒട്ടും ഭാവവ്യത്യാസമോ ആശ്ചര്യമോ ഇല്ലാതെ ഹരി അവളോടായി ചോദിച്ചു.

"ഉം. താൻ വരുമെന്ന് ആനി പറഞ്ഞു."

"പക്ഷേ..." അവളുടെ ശബ്ദം ഇടറി.

"പക്ഷേ?" ഹരി ചോദിച്ചു.

"പക്ഷേ, ഒന്നുമില്ലടോ, ഇരിക്ക്. ആനി ഇപ്പോൾ വരും." അത്രയും പറഞ്ഞവസാനിപ്പിച്ച്, നന്ദിതയുടെ വിറയ്ക്കുന്ന കൈവിരലുകൾ മൗസിലേയ്ക്ക് പോയി. എന്തോ കാര്യം കംപ്യൂട്ടറിൽ ചികഞ്ഞു കൊണ്ടേയിരുന്നു. ശരിക്കും അവൾ തിരഞ്ഞത് കംപ്യൂട്ടറിന്റെ വിജ്ഞാനകോശത്തിലേയ്ക്കല്ലായിരുന്നു. മിഴി നോക്കാതെ, മിഴി കൊടുക്കാതെ ഒരു കൈയ്യകലത്തിൽ ഇരിക്കുന്ന ഹരിയിലേക്ക് ആണ്. കുറച്ചു സമയത്തിനുശേഷം, ഹരി നന്ദിതയുടെ കണ്ണുകളിലേക്ക് സൂക്ഷിച്ചുനോക്കി; അവൾ തിരിച്ചും. അതിനുള്ളിൽ ഒരു നിശ്ശബ്ദത നിറഞ്ഞു.

"എടാ ഹരി, നീ ഇത്ര നേരത്തെ എത്തിയോ, പറഞ്ഞതിലും ഒരു മണിക്കൂർ നേരത്തെ ആണല്ലോ."

പൊടുന്നനെ ഡോർ തുറന്നു വന്ന ആനിയുടെ ചോദ്യം ആ നിശ്ശബ്ദതയെ രണ്ടായൊന്ന് കീറിമുറിച്ചു.

"ആഹ്, അതെ ഞാൻ ചുമ്മാ ഫ്രീ ആയപ്പോൾ വന്നതാ?" ഹരി ആനിയോടായി പറഞ്ഞു.

ശേഷം അവൾക്ക് വന്ന ഫോണുമായി ആനി പുറത്തേക്ക് പോയി.

'എടോ, ഞാൻ, തനിക്കു വേണ്ടി... ഏയ് വേണ്ടാ, വാങ്ങിയതും എഴുതിയതും ഒക്കെ കാണാതെ ബാഗിനുള്ളിൽ വയ്ക്കാം.' നന്ദിത മനസ്സിൽ പറഞ്ഞു.

തിരിച്ച് കാബിനിൽ വന്ന ആനി, ഹരിയെയും കൂട്ടി, മീറ്റിംഗിന് ഇറങ്ങാൻ ഒരുങ്ങി.

"നന്ദിതാ നീ ഇവിടിരിക്കില്ലേ? കുഴപ്പമൊന്നുമില്ലല്ലോ?", ഇറങ്ങുന്ന വശം ഹരി ചോദിച്ചു.

“നീവന്നേ; അവൾക്കെന്ത് കുഴപ്പം?” ആനിയായിരുന്നു അതിന് മറുപടി പറഞ്ഞത്.

മുഖത്തൊരു ചെറുപുഞ്ചിരി നൽകി ഹരി ആനിക്ക് പുറകെ നടന്നു.

‘ഹാ! രക്ഷപ്പെട്ടു. രണ്ടും പോയി’

ഹരിയുടെ ബാഗ് എവിടെയെന്ന് തപ്പിപ്പിടിച്ച് നന്ദിത തന്റെ കൈയ്യിൽ അവനുവേണ്ടി കരുതിയിരുന്ന കത്തും പിന്നെ പലപ്പോഴായി പലയിടത്തുനിന്നായി വാങ്ങിക്കൂട്ടി, എടുത്തുവച്ച കുഞ്ഞ് കുഞ്ഞ് ഓർമ്മകളും കുത്തി നിറയ്ക്കാൻ വെപ്രാളം കാണിച്ചു.

“ഇനിയെങ്ങാനും ഇടയ്ക്ക് കയറിവന്നാൽ പ്ലാൻ എല്ലാം കൈയ്യിന്ന് പോകും.” നന്ദിത പുലമ്പിക്കൊണ്ടേയിരുന്നു.

അവൾ അവനുവേണ്ടി ആദ്യ കണ്ടുമുട്ടലിൽ കരുതിവച്ചതെല്ലാം ആ സമ്മാനപ്പൊതിയിലുണ്ടായിരുന്നു. അവനുവേണ്ടി കുറിച്ച സൗഹൃദത്തിന്റെ വരികൾ, അവനുവേണ്ടി മാറ്റിവച്ച സമയങ്ങൾ, ഒരിക്കലും ഒരു പെണ്ണിന് മാത്രമേ ഇത്രയും അഗാധമായ സൗഹൃദം ഒരാണിന് നൽകാൻ കഴിയുള്ളൂ എന്നതിന്റെ തെളിവായിരുന്നു നന്ദിതയ്ക്ക് ഹരിയോട് ഉണ്ടായിരുന്ന കൂട്ട്.

ഒന്ന് കണ്ണടച്ച് തുറന്നപ്പോഴേക്കും ഹരി എത്തി.

“അപ്പോൾ ശരിയെടോ; ഇറങ്ങട്ടെ,”

അവനറിയാതെ അവൾ കരുതിവച്ച ബാഗും കൈയ്യിലെടുത്ത് ഹരി മടങ്ങി.

രാത്രി സമയം 10.30 pm.

ഇതെന്താ, ഇന്ന് ഒരു മെസ്സേജോ കോളോ ഒന്നും വന്നില്ലല്ലോ? ഞാൻ അതൊക്കെ വച്ചത് ലാപ്ടോപ്പ് ഇരുന്ന കള്ളിയിൽ തന്നെയല്ലേ? ഇനിയിപ്പോൾ അത് കണ്ടില്ലായിരിക്കോ? അതോ, മനഃപൂർവ്വം വിളിക്കാത്തതാണോ? എന്തൊക്കെയോ ചോദ്യങ്ങൾ അവൾ അവളോട് തന്നെ ഇങ്ങനെ ചോദിച്ചുകൊണ്ടേയിരുന്നു.

“Tin Tin”

“Phone message Notification”

“ഹരി”

“താൻ ഉറങ്ങിയാരുന്നോ?

“ഇല്ല!”

“പിന്നെ എന്താണ് വിശേഷം?”

“ഒന്നുമില്ല!”

"Then okey, good night, take care.

"Mmm....okey! Bye!

"അതേ."

നന്ദിത പോകാൻ നിന്ന ഹരിയെ തിരികെ വിളിച്ചവണ്ണം പറയാൻ തുടങ്ങി.

"പറയൂ..."

"അല്ലാ; എന്നോടൊന്നും പറയാനോ ചോദിക്കാനോ ഇല്ലേ?"

"എന്ത്?" ഹരി മറുപടിയായി ചോദിച്ചു.

"ഏയ്, ഒന്നുമില്ലെങ്കിൽ ഇല്ല; okey, bye!"

അതോടുകൂടി നന്ദിതയിലെ വാക്കുകൾക്കു അവൾ കർട്ടനിട്ടു.

പിന്നെ, എന്തൊക്കെയോ പറയാൻ ഉണ്ടായിരുന്നിട്ടും ചോദിക്കാൻ ഉണ്ടായിരുന്നിട്ടും പറയാതെയും ചോദിക്കാതെയും പോയ ഹരി, തന്റെ കൈയ്യിലെ കത്ത് ഒന്നുകൂടി നിവർത്തിവച്ചു.

"എന്റേത് മാത്രമല്ലാത്ത നിനക്ക്"

ഹരിയുടെയും നന്ദിതയുടെയും ആദ്യകൂടിക്കാഴ്ച ചെന്നവസാനിച്ചത് ഈ വാക്കുകളിലായിരുന്നു. താൻ അറിയാതെ ഒളിപ്പിച്ചു വച്ച വാക്കുകൾ അവൾ ആദ്യം പറയട്ടെയെന്നും, ഞാൻ ഇത്രയും ബുദ്ധിമുട്ടി തേടിപ്പിടിച്ചു വാങ്ങിയതൊക്കെയും അവൻ നോക്കിയിട്ട് ചോദിക്കട്ടെയെന്നുമുള്ള വാശിയുടെ കൂടെ തുടക്കമായിരുന്നു ആ ദിവസം.

ആറ്

"മനുഷ്യനെന്ന അത്ഭുതത്തെ ആർക്കാണ് മുഴുവനായി മനസ്സിലായിട്ടുള്ളത്? അവനവനെത്തന്നെ മനസ്സിലാക്കാൻ കഴിയാതെ, ഈ ജീവിതവഴിയിൽ അന്തിച്ചു നിൽക്കുന്ന എനിക്ക് ആ പെൺകുട്ടിയുടെ മനസ്സ് വായിക്കാൻ ഒരിക്കലും കഴിയില്ല!"

- മുഹമ്മദ് അബ്ബാസ്
(വിശപ്പ് പ്രണയം ഉന്മാദം)

ഹരിയുടെയും നന്ദിതയുടെയും പിന്നീടുള്ള കൂടിക്കാഴ്ചകൾക്ക് ഒരു ചായ കുടിക്കുന്നതിന്റെ ദൂരമേ ഉണ്ടായിരുന്നുള്ളു. എങ്കിൽപ്പോലും പരസ്പര സൗഹൃദത്തിന്റെ വേരുകൾ അവരിൽ ആഴ്ന്നിറങ്ങുന്നുണ്ടായിരുന്നു.

ഒരു ബുധനാഴ്ച ദിവസം വൈകുന്നേരം.

വടക്കേച്ചിറയിലെ നിശ്ശബ്ദതയിൽ അവൾ അവനെ തിരഞ്ഞു. "എന്റെ കണ്ണുകൾ ഒരിക്കലും നിനക്ക് വേണ്ടി തിരഞ്ഞിട്ടില്ല, എന്റെ ശ്വാസം നിന്റെ മിടിപ്പിനായി കാത്തിരുന്നിട്ടുമില്ല, പക്ഷേ ഓർത്തിരുന്നിട്ടുണ്ട്, നിന്റെ ശബ്ദത്തിനായി."

ഹരിയെയൊന്ന് വിളിച്ചാലോ?; മനസ്സെത്തും മുമ്പേ ഫോണിന്റെ കോൺടാക്ട് ലിസ്റ്റിൽ കൈകൾ എത്തി.

"എടോ, താൻ എവിടെയാണ്? തനിക്കൊന്ന് വടക്കേച്ചിറ വരെ വരാൻ പറ്റുോ? ഞാൻ കുറച്ചു സമയം ഇവിടെ ഉണ്ടാകും."

"ഞാൻ 'വിഷ്ണുവിന്' ഒപ്പമാണ്, അത് തനിക്ക് പ്രശ്നമല്ലെങ്കിൽ, ഞാൻ വരാം, ഒന്ന് വെയ്റ്റ് ചെയ്യൂ."

അവൾ പ്രതീക്ഷിച്ച മറുപടിയിൽ ഒരല്പം കൂട്ടിച്ചേർത്ത് ഹരി പറഞ്ഞു.

ശരിയെന്ന് അവളും.

"അല്ലാ; താനെന്തെ വീട്ടിലേക്ക് പോകാതെ ഇവിടെ ഇങ്ങനെ വന്നിരിക്കുന്നേ?"

നന്ദിതയെ കണ്ടപാടെ ഹരി ചോദിച്ചു.

പുറകിൽ നിന്ന് വരുന്ന വിഷ്ണുവിന് ഒരു ചെറുപുഞ്ചിരിയും ഒരു കൺനോട്ടവും കൊടുത്ത ശേഷം അവൾ ഹരിയോടായി പറഞ്ഞു,

"വെറുതെ! കുറച്ചധികം നാളായി ഈ വഴിയൊക്കെ വന്നിട്ട്, അതുകൊണ്ട്."

"ഉം... നന്നായിട്ടുണ്ട് എന്തായാലും, ഞങ്ങൾ വിഷുവിന് പടക്കം വാങ്ങാൻ ഇറങ്ങിയതായിരുന്നു, അപ്പോഴാണ് താൻ വിളിച്ചത്; താൻ കൂടെ പോരുന്നെങ്കിൽ കൂടിക്കോ."

"ഏയ്; വേണ്ട ഒരു പത്ത് മിനിറ്റ്, അത് കഴിഞ്ഞാൽ ഞാൻ വീട്ടി ലേക്ക് പോകും."

പെട്ടെന്ന് വിഷ്ണു നിന്നിടത്ത് നിന്ന് തിരിഞ്ഞു.

"ശീവേലിയാണ്."

ഹരി പതിഞ്ഞ സ്വരത്തിൽ പറഞ്ഞു.

"ശിവന്റെ പ്രതിഷ്ഠയുള്ള ക്ഷേത്രത്തിൽ, സന്ധ്യാസമയത്ത് തന്റെ ഭക്തരുടെ ക്ഷേമം തിരക്കാൻ ഭഗവാൻ ഇറങ്ങിയേക്കു വാണ്."

"അല്ലടോ, ശരിക്കും ഈ നേരത്ത് എന്ത് പറഞ്ഞാലും ദൈവം ഓക്കെ ആക്കി തരുമോ?" നന്ദിത ചോദിച്ചു.

നന്ദിതയുടെ ചോദ്യത്തിന് ഒരു അഞ്ച് മിനിറ്റോളം വിഷ്ണു ക്ലാസ്സെടുത്തു. ശേഷം മുഖഭാവത്തിൽ ഒരു വ്യത്യാസവുമില്ലാതെ യിരിക്കുന്ന അവളെ നോക്കി ഹരിയോടായി പറഞ്ഞു:

"ഇവളുടെ സംസാരത്തിൽ എന്നല്ല, മുഖത്ത് നോക്കി പോലും മനസ്സിൽ എന്താണെന്ന് പറയാൻ പറ്റുന്നില്ലല്ലോടാ, പിന്നെ എങ്ങനെ ശീവേലിക്ക് പിടികിട്ടാനാ."

അല്ലാ; താൻ എന്താടോ മനസ്സിൽ ആഗ്രഹിച്ചേ?; ഭഗവാനോട് ചോദിച്ചേ?" ഹരി നന്ദിതയെ പറയാൻ നിർബ്ബന്ധിച്ചു.

"അറിഞ്ഞിട്ട് ഇപ്പോൾ എന്തിനാണ്?, ഞാനൊന്നും പറഞ്ഞിട്ടു മില്ല, ആഗ്രഹിച്ചിട്ടുമില്ല."

"എന്നാലും, ആ ഭഗവാനോട് പറഞ്ഞത് എന്നോട് പറഞ്ഞാൽ കുറച്ചുകൂടി വേഗത്തിൽ കാര്യങ്ങൾ നടന്നോളും." ചിരിച്ചുകൊണ്ട് ഹരി കൂട്ടിച്ചേർത്തു.

“എടോ, ശരിക്കും ഒരു വ്യക്തിയെ മനസ്സിലാക്കാൻ ഭയങ്കര ബുദ്ധിമുട്ടാണ്. ജീവിതത്തിൽ പലരും വന്നിറങ്ങി പോയിട്ടുണ്ടെങ്കിലും, ദേ, ഈ ഇരിക്കുന്ന ആളിന്റെ മനസ്സ് മുഖത്തേക്ക് നോക്കിയാൽ ഒട്ടുമേ പിടികിട്ടില്ല. മുഖം നോക്കി കുറച്ചൊക്കെ മനസ്സിലാക്കുന്ന ആളാണ് ഞാൻ. പക്ഷേ എനിക്ക് ചെറിയ തോതിൽ പോലും മനസ്സിലെ ചിത്രങ്ങൾ പകർത്തിയെടുക്കാൻ കഴിയാതെ പോയിട്ടുണ്ടെങ്കിൽ അത് നന്ദിതയുടേതാണ്.” ഇത്രയും പറഞ്ഞ് ഹരി ആ മുഖത്തേക്ക് ഒന്നുകൂടെ നോക്കി.

ഒരായിരം വികാരങ്ങൾ മാറിമറഞ്ഞ് പോകുന്നുണ്ടായിരുന്ന അവളുടെ മനസ്സിൽ നിന്നും അവന് ഒന്നുമേ ഒപ്പിയെടുക്കാൻ സാധിച്ചിരുന്നില്ല. പലപ്പോഴായി ദേഷ്യപ്പെട്ടും ചിലപ്പോഴായി സ്നേഹിച്ചും അവൾ അവളിൽ അവനെ കാത്തുവച്ചു. തന്റേതുമാത്രമായ ലോകത്തിൽ അവൾക്ക് കൂട്ട് അവൻ മാത്രമായിരുന്നു, അവന്റെ ഓർമ്മകൾ മാത്രമായിരുന്നു.

“അവൾ” അവളിലൂടെ ഫാ. ബോബി പറയാതെ പറഞ്ഞതും ഇതുതന്നെയാവാം.

“നിങ്ങളെ പൊതിഞ്ഞു സൂക്ഷിക്കുവാൻ ദൈവം കരുതിവച്ച തൊട്ടിലാണ് ‘അവൾ’. അതിൽനിന്ന് പുറത്ത് കടക്കാനുള്ള ശ്രമത്തെ ചിലപ്പോൾ കണ്ണീരുകൊണ്ടും മറ്റു ചിലപ്പോൾ കലഹംകൊണ്ടും അവൾ തടഞ്ഞെന്നിരിക്കാം.”

നന്ദിതയിൽ എത്ര ആഴത്തിലേക്കാണ് ഹരി പതിഞ്ഞതെന്ന് അവൾക്ക് മാത്രമേ നിശ്ചയമുണ്ടായിരുന്നുള്ളൂ.

അവൾ ചെയ്തിരുന്ന ഓരോ കാര്യങ്ങളിലും അവനോടുള്ള സ്നേഹം ഒരിത്തിരി കൂട്ടിച്ചേർത്തു. അവൾ വായിച്ച പുസ്തകങ്ങളിൽ; അവൾ എഴുതിയ വരികളിൽ; അവൾ ചിരിച്ച മുഖങ്ങളിൽ, അവളുടെ കൂട്ടുകളിൽ; പിന്നെ ആരോടും പറയാതെ ഒളിപ്പിച്ചുവച്ച കണ്ണുനീരിൽ.

ഏഴ്

> Then what Naina? I will fall in love with you Again and Again. But you will never!
>
> \- *Ye Jawani Hai Deewani*

"എടോ, താനെവിടെയാണ്?"

"ഞാൻ ബാങ്കിൽ നിന്നും ഇറങ്ങാൻ പോകുന്നേയുള്ളൂ; എന്തേ? എന്ത് പറ്റി?"

"ഒന്നുമില്ല;"

ഹരി ഫോൺ കട്ട് ചെയ്തു. എന്തോ പന്തികേട് തോന്നി നന്ദിത ഹരിയെ അങ്ങോട്ടേക്ക് വിളിച്ചു.

"പറയടോ."

"ആഹ്, നീ ഫ്രീ ആണെങ്കിൽ ലക്ഷ്മിയുടെ വീട്ടിൽ പോകുന്ന വഴി ഇങ്ങോട്ടേക്ക് പോരെ, കൂടെ നീ തരാമെന്ന് പറഞ്ഞ് വച്ച പുസ്തകവും എടുത്തോ."

"ഏഹ്! അങ്ങോട്ടേയ്ക്കോ?"

"അതെ, എന്തേ?"

"ഒന്നുമില്ല; ഞാൻ വരുവാണെങ്കിൽ വിളിക്കാം." അവൾ ഫോൺ കട്ട് ചെയ്തു.

സമയം വൈകുന്നേരം 5.15 pm.

ഒരു അര മണിക്കൂറിനുശേഷം;

"ഹലോ, ഞാൻ അവിടെ വീട്ടിലേക്ക് വന്നിട്ട്, പിന്നെ ലക്ഷ്മിയുടെ വീട്ടിൽ കയറിയാൽ മതിയോ?" ഒന്നിടറുന്ന ശബ്ദത്തിൽ അവൾ ചോദിച്ചു.

“മതി! ഞാനിവിടെ വീടിന്റെ ഉമ്മറത്ത് തന്നെയുണ്ട്, താൻ പോന്നോ.” എടുത്തടിച്ചപോലുള്ള ഹരിയുടെ മറുപടിയിൽ എന്തോ ഒരു ആത്മധൈര്യം അവൾക്ക് തോന്നി.

രണ്ട് മൂന്ന് മിനിറ്റിനകം ഹരിയുടെ വീടിനു മുന്നിലെത്തി. കൈകൾ ചെറുതായൊന്ന് വിറച്ചത് കൊണ്ടാവാം, വണ്ടിയുടെ ബ്രേക്ക് ഒന്ന് പതറിപ്പോയത്.

നന്ദിത വാച്ചിലേയ്ക്ക് നോക്കി മനസ്സിൽ പറഞ്ഞു: ‘ഇപ്പോൾ 5.31 pm, കൃത്യം 5.33-ന് തിരികെ പോകണം.’

“താൻ എന്താടോ അവിടെ നിൽക്കുന്നേ? കയറിപ്പോന്നൂടെ വീട്ടിലേയ്ക്ക്.” ഹരി ചോദിച്ചു.

‘വേണ്ട, ഞാൻ ഇവിടെ നിന്നോളാം, ഇതാ തനിക്ക് കൊണ്ടു വന്ന ബുക്ക്.’

അവൾ വിറയ്ക്കുന്ന, പതിഞ്ഞ സ്വരത്തിൽ മറുപടി പറഞ്ഞു. വീണ്ടും വീണ്ടും ഹരി നിർബന്ധിച്ചതുകൊണ്ട് അവൾ വീടിന്റെ അകത്തേയ്ക്ക് കയറിച്ചെന്നു...

‘താൻ സ്വപ്നത്തിൽ കണ്ട അതേ വീട്... ഇരുണ്ട, ഓറഞ്ച് നിറത്തിലുള്ള ചുമരുകൾ, ജനാലയിലൂടെ പുറത്തേയ്ക്ക് നോക്കിയാൽ കുറെയധികം ചെടികളും അതിലെ പൂക്കളും... മനസ്സിലുണ്ടായിരുന്ന മറ്റ് ചിന്തകളൊന്നും അവളെ കുറച്ച് സമയത്തേക്ക് ഭയപ്പെടുത്തിയില്ല. പക്ഷേ, സെക്കന്റിൽ നൂറിരട്ടി വേഗത്തിൽ ഹൃദയമിങ്ങനെ പോയ്ക്കൊണ്ടിരുന്നു.

ആ ചുമരുകൾക്കുള്ളിൽ ആരെയൊക്കെയോ അവൾ തിരയുന്നുണ്ടായിരുന്നു. ഈറനോടെ സാരിയുടുത്ത്, കുറി തൊട്ട് വരുന്ന അവളെ അവളവിടെ കണ്ടു.

“തനിക്ക് വെള്ളം വേണമെന്ന് തോന്നുന്നു.” ഹരിയുടെ ഒച്ച കേട്ട് അവളൊന്ന് ഞെട്ടിയുണർന്നു.

“ഞാൻ തനിക്ക് വെള്ളം എടുത്തിട്ട് വരാം.”ഹരി അടുക്കള ഭാഗത്തേക്ക് പോയി. അവിടെ, ഹാളിൽ ഇരുന്ന് അവൾ ചുറ്റും കണ്ണോടിച്ചു. അപ്പോൾ അവളുടെ മനസ്സിൽ വേറെ ഒരു ചിന്തയ്ക്കും കടന്നു വരുവാൻ സ്ഥാനമുണ്ടായിരുന്നില്ല.

“ഇതാടോ, കുടിക്ക്” - ഒരു ഗ്ലാസ്സ് വെള്ളവും കൂടെ ഒരു കുപ്പിയും ഹരി മേശമേൽ വച്ചു.

അതെടുത്ത് നന്ദിത വേഗത്തിൽ കുടിച്ചു. ഗ്ലാസ്സ് താഴത്ത് വച്ചു.

ഹരി ഓരോ കുശലം ചോദിക്കാൻ തുടങ്ങി. പോകാൻ ധൃതി കാണിച്ചത് അവളുടെ മനസ്സിനെക്കാളേറെ ശരീരമായിരുന്നു.

അവളറിയാതെ അവളുടെ കണ്ണുകൾ അവനോട് സംസാരിക്കുന്നുണ്ടായിരുന്നു; മിഴികൾ പരിഭ്രാന്തമായിരുന്നു. അവളുടെ വിരലുകൾ തമ്മിൽ തമ്മിൽ ചടഞ്ഞിരുന്നു; ചുണ്ടുകളിൽ വെള്ളം വറ്റിയിരുന്നു. ചില നേരം അവനിലേയ്ക്കും പിന്നെ ജനലിന്റെ വിടവിലൂടെ പുറത്തേക്കും അവൾ നോക്കിയിരുന്നു.

"താൻ ഒന്ന് എണീറ്റ് വന്നേ, വീട് കാട്ടിത്തരാം." ഹരി അവളോടായി പറഞ്ഞു.

എഴുന്നേൽക്കാൻ ഒരല്പം മടിയായിരുന്നിട്ടും അവന്റെയൊപ്പം അവൾ ഒരു പൂച്ചക്കുഞ്ഞിനെപ്പോലെ, ചുറ്റിത്തിരിഞ്ഞ് വീടു മുഴുവനും നടന്നു കണ്ടു.

"അവന്റെയൊപ്പം; ചിലപ്പോൾ അവന്റെ മുന്നിൽ, മറ്റു ചിലപ്പോൾ പിന്നിലും, ശരിക്കും ഒരൊറ്റ നിമിഷം മതി പ്രണയിച്ചുപോയേക്കുമെന്ന തോന്നലുണ്ടാക്കാൻ; അവന്റെ ഒപ്പം ഒന്ന് മിണ്ടിയാൽ, ഒരു തവണകൂടി അവനിലേയ്ക്ക് നോക്കിപ്പോയാൽ, അവൻ പറഞ്ഞപോലെ ഒരിക്കൽകൂടി കൂടെ നടന്നാൽ, അവന്റെ മുറിയിൽ നിന്നിറങ്ങി തൊട്ടപ്പുറത്തെ മുറിയിലേയ്ക്ക് കയറുമ്പോൾ അറിയാതെ ഒന്ന് കൈ മുട്ടിയാൽ, ആ, ആ ഒരൊറ്റനിമിഷം മതിയാരുന്നു അവൾക്ക് അവനിലെ സൗഹൃദത്തിൽ നിന്ന് പ്രണയത്തിലേക്ക് എത്തിച്ചേരുവാൻ.

അതെ. അവന്റെ ഒപ്പം ഉണ്ടായ ഓരോ നിമിഷവും എത്രയോ തവണ ഹൃദയംകൊണ്ട് അവൾ അവനെ കെട്ടിപ്പിടിച്ചുകഴിഞ്ഞു കാണും. എത്രയോ തവണ പരസ്പരം പുണർന്നിരിക്കും. മനസ്സുകൊണ്ടും ശരീരംകൊണ്ടും അത്രയേറെ അടുപ്പത്തിലായിരിക്കുന്നു അവൾക്ക് അവനിപ്പോൾ.

"ഞാൻ ഇറങ്ങട്ടെ."

അവൾ ബാഗിനുള്ളിലെ പുസ്തകം അവനു നേരെ വച്ചു നീട്ടി; അവന്റെ മുറിയിലെ മേശപ്പുറത്ത് നിന്ന് എടുത്ത പേന പകരം ബാഗിനുള്ളിലാക്കി പറഞ്ഞു.

എഴുന്നേറ്റ് യാത്ര പറയാൻ സമയം, ഹരി ചോദിച്ച ചോദ്യത്തിന് അവന്റെ കണ്ണിൽ നോക്കി നന്ദിത ഉത്തരം പറയുമ്പോൾ, ചോദിക്കാതെ പോയത് കുറെ ചോദ്യങ്ങളായിരുന്നു.

നന്ദിതയുടെ കണ്ണുകളിൽ അണയാത്ത തീവ്രത കണ്ടതുകൊണ്ടാവാം കൂടുതലൊന്നും പറയാതെ അവൻ അവളെ യാത്രയാക്കിയതും.

തിരികെ പോരുമ്പോൾ നന്ദിത മനസ്സിൽ ചോദിച്ചത് ഒരേയൊരു ചോദ്യമായിരുന്നു.

"ഞാൻ എന്തിനാണ്; എങ്ങനെയാണ് ഹരിയിലേക്ക് ഇത്രയേറെ അടുത്തെത്തിയിട്ടും, ഒരു കൈയ്യകലത്തിന്റെയത്രയും ദൂരത്തിൽ അവനോടുള്ള സ്നേഹം അടക്കിപ്പിടിച്ചത്?" അതിനുള്ള ഉത്തരം ഹരി അതിനുമുമ്പേ പറഞ്ഞു കഴിഞ്ഞിരുന്നു.

"ആഞ്ഞടിക്കുന്ന തിരകൾക്കപ്പുറമുള്ള കടലാഴത്തിന്റെ മൗനം അവളുടെ കണ്ണുകളിലായിരുന്നെന്ന് ആ കണ്ടുമുട്ടലിൽ അവൻ തിരിച്ചറിഞ്ഞതുകൊണ്ട്."

എട്ട്

"അപാരമായ സ്നേഹമോ ദുഃഖമോ തോന്നുമ്പോൾ ഒരു മനുഷ്യൻ മറ്റൊരു മനുഷ്യന്റെ കൈവിരലുകൾ അമർത്തിപ്പിടിക്കുന്നത് വെറുതെയെന്ന് കരുതിയോ നീ?"

-നൗഫൽഎൻ.
(ഇനി പറയുമോ, ജീവിതത്തിൽ
ഒരല്പവും ജീവിതം ബാക്കിയില്ലെന്ന്?)

അന്ന് വൈകുന്നേരം നന്ദിതയും ആനിയും ഓഫീസിൽ നിന്നും നേരത്തെ ഇറങ്ങി. ആനിക്ക് കുറച്ചധികം ഷോപ്പിങ് ഉള്ളതുകൊണ്ട്, അവളെ സ്റ്റാന്റിലാക്കി, നന്ദിത തന്റെ സ്ഥിരം സന്ദർശന സ്ഥലമായ 'ടീ ടൈ'മിലേക്ക് പോയി. സാധാരണ ഒറ്റയ്ക്ക് പോകാറാണ് പതിവ്, പക്ഷേ അന്നേ ദിവസം ഹരിയെക്കൂടി കൂട്ടിയാലോ എന്ന് അവൾക്ക് തോന്നി. മുഖവുരകൾ ഒന്നും തന്നെയില്ലാതെ, അവൾ വാട്ട്സ് ആപ്പിലേക്ക് കറന്റ് ലൊക്കേഷൻ ഷെയർ ചെയ്തു.

"താൻ ഇതെവിടെയാടോ? ബാറാണല്ലോ ലൊക്കേഷൻ." കുറച്ചു സെക്കന്റിനുള്ളിൽ മറുപടി വന്നു.

"ഹാ! ബെസ്റ്റ്. ഇത് ബാറൊന്നുമല്ല, But the second most addiction centre തന്നയാ, Tea Time."

അക്ഷരാർത്ഥത്തിൽ ചായ ഒരു അഡിക്ഷനാണ് നന്ദിതയ്ക്ക്. ചായയേക്കാളെറെ പ്രിയം കാപ്പിയോടാണ്. ജോലി കഴിഞ്ഞ് ഒരു കാപ്പി മസ്റ്റ് ആണ്. പിന്നെ ഉച്ചയൂണ് കഴിഞ്ഞാൽ അതില്ലാതെ ഓർക്കാൻ കൂടി പറ്റില്ല.

"താൻ അവിടിരുന്നോ; എനിക്കീ ചായ, കാപ്പി, ചായക്കട ഇതൊന്നും ശീലമല്ലടോ."

ആ മറുപടി നന്ദിതയെ നിരാശപ്പെടുത്തിയെങ്കിലും, ഒരു ഗ്ലാസ്സ് ചായകുടി കഴിഞ്ഞ് ഇറങ്ങാൻ നിൽക്കുമ്പോൾ ദേ ഹരി മുന്നിൽ.

"ആഹാ! തനിക്ക് ഇതൊന്നും ശീലമല്ലെന്ന് പറഞ്ഞിട്ട് എന്തേ, പത്ത് മിനിറ്റുകൊണ്ട് ശീലമൊക്കെ മാറിയോ? അതോ, ബാറിന്റെ വഴി മാറിക്കേറിയതാണോ?"

പരിഹസിക്കുന്ന മട്ടിൽ നന്ദിത ഹരിയോട് ചോദിച്ചു.

"അല്ല; താൻ ഇവിടംവരെ വന്നിട്ട്, ഒരു ചായയെങ്കിലും വാങ്ങി ത്തന്നില്ലെങ്കിൽ അത് മോശമല്ലടോ, അതാ വന്നത്."

"ഓക്കെ. എങ്കിൽ രണ്ട് ചായ പറയട്ടെ?"

"ചായ വേണ്ട, എനിക്കൊരു കാപ്പി മതി, നല്ല കടുപ്പത്തിൽ, കടുംകാപ്പി!

"Very Nice" ഒരു ചെറിയ പുഞ്ചിരി മുഖത്തും ഒരു വലിയ ഇഷ്ടം അകത്തും നിറച്ച് നന്ദിത ഓർഡർ ചെയ്തു.

"ഒരു..., അല്ല; രണ്ട് കടുംകാപ്പി."

അവൾ തുടർന്നു. "എടോ തനിക്ക് അറിയാമോ, ഒരു ചായക്കട യിൽ എത്ര കഥകളാണ് പറഞ്ഞും പാതി പറഞ്ഞും അവസാനി പ്പിച്ചും മനുഷ്യർ പോകുന്നതെന്ന്. ഓരോ ഗ്ലാസ്സിലെ കാപ്പിക്കും ഓരോന്ന് പറയാനുണ്ടാകും. ഒരുപക്ഷേ, രണ്ട് പേർക്കിടയിൽ നട ക്കുന്ന എന്തോരം സംഭാഷണങ്ങൾ ആകും അവ കേട്ടിരിക്കുക? വിഷമം, സന്തോഷം, സ്നേഹം, പ്രണയം, കാമം, ഡിപ്രഷൻ, അങ്ങനെ അങ്ങനെ... അല്ലേ?"

"അല്ലടോ, ശരിക്കും ചായക്കടകൾ അടച്ചു കഴിയുമ്പോൾ, ഗ്ലാസ്സിലെ ചായയും കാപ്പിയും ഒക്കെ കഴിഞ്ഞ്, ഗ്ലാസ്സ് കഴുകി വൃത്തി യാക്കി വക്കുമ്പോൾ അവ പരസ്പരം സ്വകാര്യം പറയാൻ തുടങ്ങി യാലോ? അന്നേ ദിവസത്തെ, ആ കടയിൽ വന്നുപോയ എത്രയോ ആളുകളുടെ കഥകൾ ആവും അവ പരസ്പരം പറഞ്ഞിരിക്കുക?"

നന്ദിത നിരീക്ഷിച്ച ആംഗിളിൽ നിന്ന് കുറച്ച് വ്യത്യസ്തമായി ഹരി അവൾക്ക് മറുപടി നൽകി!

'Hmm! Impressed!'

അപ്പോഴേക്കും; ചൂടുള്ള രണ്ട് കടുംകാപ്പി ടേബിളിന്മേൽ അവരെ നോക്കി ചിരിക്കാൻ തുടങ്ങി. ഇരുവരും ചുണ്ടിനും ഗ്ലാസ്സിനുമിട യിൽ ഒരു നേർത്ത ശ്വാസം കൊടുത്ത് ഊതിയൂതി... ഇങ്ങനെ വാക്കുകളുമായി തർക്കിച്ചുകൊണ്ടിരുന്നു.

ഒമ്പത്

Coffee gives you time to think; It's a lot more than just a drink. It's something happening, not as in hip, but like an event, a place to be, but not like a location but like somewhere within yourself. It gives you time, but not actual hours or minutes, but a chance to be. Like be yourself, and have a second cup!

- Gertrude Stein

ശരിക്കും ഒരു 'Cup of Tea'യ്ക്ക് നമ്മളെ നമ്മളായി പിടിച്ചിരുത്താനുള്ള കഴിവുണ്ട്. ഹരിയെ നന്ദിതയുടെ മുന്നിൽ ഇരുത്തിയതു പോലെ.

കാപ്പി കുടിച്ച് ഇരുവരും പിരിയാൻ സമയം അവൾ അവനെ കുറച്ചധികം സമയം ഒന്നും മിണ്ടാതെ നോക്കി നിന്നു.

"താൻ എന്താടോ ഒന്നും പറയാത്തെ?, ഇങ്ങനെ നോക്കി നിൽക്കുന്നതല്ലാതെ?" ഹരി രണ്ട് തവണയായി ആവർത്തിച്ച് ചോദിച്ചു.

'ഒന്നുമില്ലടോ,' എന്നതിൽക്കവിഞ്ഞ് ഒരുത്തരവും അവൾ അവന് നൽകിയില്ല.

ഒരു രണ്ട് മൂന്ന് മിനിറ്റുകൾക്കകം അവളുടെ കണ്ണുകൾ ചുവന്ന്, നിറയാൻ തുടങ്ങി. കെട്ടിക്കിടക്കുന്ന കടലുപോലെ, തീരത്തിലേക്ക് ആഞ്ഞടിക്കുവാൻ വിതുമ്പി നിൽക്കുന്ന തിരയെപ്പോലെ, വളരെ ദയനീയമായി പക്ഷേ എന്തിലോ ഒന്ന് ഉറച്ച് നിൽക്കുന്നപോലെ അവളുടെ കണ്ണുകൾ വിടർന്നു.

"തനിക്ക് എന്നോട് എന്തെങ്കിലും പറയാൻ ഉണ്ടോ?" ഹരി വീണ്ടും ചോദിച്ചു.

"ഇല്ല" അവൾ ഇമവെട്ടാതെ മറുപടി നൽകി.

"അപ്പോൾ നമുക്ക് പിരിയാം? I mean ഇന്നത്തേക്ക് വിട നൽകിയാലും സഹോ!"

ഹരി പുഞ്ചിരിച്ചുകൊണ്ട് അവന്റെ കൈ അവൾക്കുനേരെ വച്ചു നീട്ടി.

അവൾ അവന്റെ കൈകളിൽ ചേർത്തുപിടിച്ചു.

ആ റോഡിലൂടെ ഇരമ്പിയോടിക്കൊണ്ടിരുന്ന വാഹനത്തിന്റെ ഒച്ചയോ, ഹെഡ്‌ലൈറ്റുകളുടെ പ്രകാശമോ ഒന്നും അവരെ ബാധിക്കാതെ കടന്നുപോയിക്കൊണ്ടിരുന്നു.

ഓരോ സെക്കന്റിലും അവളുടെ വിരലുകൾ അവന്റെ വിരലുകളെ ഇരട്ടി ശക്തിയാൽ കൂട്ടിപ്പിടിച്ചുകൊണ്ടേയിരുന്നു. സത്യത്തിൽ ഹൃദയങ്ങളെത്തമ്മിൽ ബന്ധിപ്പിക്കുന്നത് വിരലുകളാണെന്ന് തോന്നിപ്പിക്കും വിധം.

എന്തോ ഒന്ന് നന്ദിതയുടെ ഓർമ്മയിലേക്ക് വന്നു.

അവൾ വേഗത്തിൽ കൈവലിച്ചു, ഹരിയുടെ കൈവിരലുകളെ വിടുവിച്ചു.

"താനെന്തിനാ ഓരോ സെക്കന്റും എന്റെ വിരലുകളെ അത്രയും അമർത്തിപ്പിടിച്ചത്?"

ഹരി പതിഞ്ഞ സ്വരത്തിൽ അവളോട് ചോദിച്ചു.

"നൗഫൽ" പറഞ്ഞതുപോലെ; "എനിക്കെന്റെ വിരലുകൾക്ക് മേൽ, വിരലുകൾ കൂട്ടിപിടിക്കുവാൻ പ്രിയമുള്ള ഒരാളുടെ വിരലുകൾ വേണം." നന്ദിത മനസ്സിൽ പറഞ്ഞു. ഹരിയോട് യാത്ര പറഞ്ഞ് എതിരെ നടന്നു.

ഒരു കടുംകാപ്പി അകലത്തിൽ, തന്റെ കൈയ്യിൽ മുറകെ പിടിച്ച നന്ദിതയ്ക്ക് പറയാനുണ്ടായിരുന്ന കഥ, അവളിലെ കൈകകളിലെ ചൂട് ഒരു വേനലിന്റെ ആരംഭമായിരുന്നു എന്ന് എന്നിട്ടും ഹരി മനസ്സിലാക്കിയില്ല.

പത്ത്

The Real Man will carry his Love to the Grave.

- Nikhil C. Rajput

"ഞാൻ ഇത്രയും നാൾ തന്നോട് സംസാരിച്ചപ്പോൾ തനിക്ക് തോന്നിയോ ഞാൻ സിംഗിൾ ആണെന്ന്? ഞാൻ കമ്മിറ്റഡ് അല്ലായെന്ന്?"

ഒരു ഇൻട്രൊഡക്ഷനും കൂടാതെയുള്ള ഹരിയുടെ ചോദ്യം അന്നെ ദിവസം വൈകുന്നേരം നന്ദിതയെ ആശയക്കുഴപ്പത്തിലാക്കി.

"അല്ല, ഇതിപ്പോൾ ചോദിക്കാൻ എന്താ ഉണ്ടായേ?"

"താൻ കമ്മിറ്റഡ് ആണോ?"

"ആണോ എന്ന് ചോദിച്ചാൽ, ആണ് പക്ഷേ,"

"പക്ഷേ?"

"അല്ല. ഞാൻ പ്രണയിക്കുന്ന പെൺകുട്ടിയുടെ വിവാഹം കഴിഞ്ഞിട്ട് അഞ്ചു വർഷമായി."

"ഹേയ്! താനെന്തൊക്കെയാടോ പറയുന്നേ?" നന്ദിത വീണ്ടും കൺഫ്യൂഷനടിച്ച് ചോദിച്ചു.

"അതേടോ, അവളുമായി ഞാൻ ഇപ്പോഴും പ്രണയത്തിലാണ്."

"അഞ്ജലിയാണോ?" നന്ദിത ഹരിയോട് ചോദിച്ചു.

"ഇതെങ്ങനെ, ഈ പേരെങ്ങനെ തനിക്കറിയാം?" അവൻ അത്ഭുതം നിറഞ്ഞ വികാരത്തോടെ ചോദിച്ചു.

"അത്, ഓഫീസിൽ ആനി പറഞ്ഞ് കേട്ടതാണ്, പക്ഷേ, വേറൊന്നുമല്ല, തനിക്ക് അഞ്ജലി നല്ലൊരു ഫ്രണ്ട് ആയിരുന്നുവെന്നൊക്കെ."

"ഓഹ്! അതു ശരി. അതെ, അഞ്ജലി തന്നെയാണ്, എന്നെ ഏറ്റവുമധികം മനസ്സിലാക്കിയിട്ടുള്ളതും അമ്മ കഴിഞ്ഞാൽ പിന്നെ

ഏറ്റവുമധികം ഞാൻ അപ്ഡേറ്റഡ് ആയിരിക്കുന്നതും അവളോടാണ്. ലോകത്തിൽ ആകെ രണ്ടുപേരെ മാത്രമേ, രണ്ടു പേരുടെ മുമ്പിൽ മാത്രമേ ഞാൻ ഞാനായി നിൽക്കാറുള്ളൂ, അത് എന്റെ അമ്മയും പിന്നെ അഞ്ജലിയുമാണ്...” അന്നേ ദിവസം ഹരി നന്ദിതയോട് മണിക്കൂറോളം സംസാരിച്ചു - അതെല്ലാം അഞ്ജലിയെപ്പറ്റിയായിരുന്നു. കോളേജ് കാലത്തെ സൗഹൃദം രണ്ട് പേരെയും കൊണ്ടെത്തിച്ചത് ഒരേ കമ്പനിയിലേക്കായിരുന്നു. അവിടെയും അവർ നല്ല സുഹൃത്തുക്കൾ ആയിരുന്നു. പിന്നെ അവളുടെ കല്യാണവും നാടുവിടലും എല്ലാം ചെന്നവസാനിച്ചത് ഹരിയുടെ തീവ്രമായ പ്രണയത്തിലായിരുന്നു.

“The Real Man will carry his love to the grave” എന്ന - Nikhil. C. Rajputന്റെ വരികൾ നന്ദിതയിലേക്ക് ആഴ്ന്നിറങ്ങി.

അഞ്ജലിയെപ്പറ്റി ഓരോ തവണ പറയുമ്പോഴും ഹരിയിലെ സ്നേഹത്തിന്റെ ആഴം നന്ദിത മനസ്സിലാക്കി. അവളെപ്പറ്റി, അവൻ പറയുന്നത് അവൾ കേട്ടിരുന്നു.

“എടോ, തന്നെപ്പറ്റി ഞാൻ അഞ്ജലിയോട് പറയും.”

ഹരി നന്ദിതയോട് പറഞ്ഞു.

“എന്തിന്? ഞാൻ ആരെന്ന് പറഞ്ഞാ താൻ പരിചയപ്പെടുത്തുക?”

“എനിക്ക് ഒരാളെ കിട്ടിയിട്ടുണ്ട്, എന്റെ വൈബിനു പറ്റിയ ഒരു കൂട്ട്” - ഹരി പറഞ്ഞു.

“പക്ഷേ, ആ കൂട്ട് അതത്ര സന്തോഷം തരുന്നത് ആയിരിക്കില്ലടോ, വേണ്ട, താൻ എന്നെപ്പറ്റി ആ കുട്ടിയോട് പറയുമ്പോൾ, എന്നെ ഒട്ടുമേ അറിയാത്ത ഒരാളോട് അല്ലേ പറയുന്നത്, ചിലപ്പോൾ ഞാൻ നിങ്ങളുടെ കഥയിലെ ഒരു Bad character ആകാൻ സാധ്യതയുണ്ട്, അതുകൊണ്ട് വേണ്ട.”

നന്ദിത ഹരിയോട് തന്നെപ്പറ്റി ഒന്നും അഞ്ജലിയോട് പറയരുത് എന്ന് പറഞ്ഞുവെങ്കിലും, ജീവിതത്തിലെ ഓരോ കാര്യങ്ങളും കുത്തും കോമയും വിടാതെ അവളോട് പറയുന്ന ഹരിക്ക് അതിന് കഴിഞ്ഞില്ല. മാസങ്ങൾക്ക് ശേഷം കഥയിലെ നന്ദിതയെ ഹരി അഞ്ജലിക്ക് പരിചയപ്പെടുത്തി. അഞ്ജലിയിൽ നിന്ന് ഹരിക്ക് കിട്ടിയ മറുപടിയോ, പിന്നെ ഹരി അഞ്ജലിയോട് പറഞ്ഞ കഥയോ ഒന്നും നന്ദിത അന്വേഷിച്ചില്ല; അതിന് താത്പര്യം ഭാവിച്ചില്ല എന്നതാണ് കൂടുതൽ ശരി.

ഒരു മാസത്തിനുശേഷം; നന്ദിത ആനുവൽ മീറ്റിംഗിന് ഹൈദരാബാദിന് പോയതാണ്. ഫ്ളൈറ്റ് delay ആയത് കാരണം, നേരെ

നെറ്റ്ഫ്ളെക്സിൽ കയറി പഴയ ഒരു ഹിന്ദി സിനിമ ഡൗൺലോഡ് ചെയ്തിട്ടു.

കോളേജിൽ മൂന്നാംവർഷം പഠിക്കുമ്പോൾ ഇറങ്ങിയതാണ്. അപ്പോൾ രൺബീർ കപൂറിനോടുള്ള കടുത്ത ആരാധന കാരണം ഒരു തവണ കണ്ടിരുന്നു.

"AA DIL HAI MUSKHIL"

ഫോൺ ഫ്ളൈറ്റ് മോഡിലാക്കി. ഫ്ളൈറ്റ് എടുത്തു. കൃത്യം രണ്ടു മണിക്കൂർ കാണാനുള്ളതുണ്ട്.

കണ്ട് മറന്ന സിനിമ വീണ്ടും കണ്ടു തുടങ്ങിയപ്പോൾ, തന്റെ ജീവിതത്തിലെ characters ആരൊക്കെയോ ആണ് അവരെന്ന് നന്ദി തയ്ക്ക് തോന്നി.

''Isn't that hard?

What?

To love someone who doesn't love you in return?

It's the most beautiful feeling in the world

Doesn't it make you feel?

Not at all

There is nothing like the power of unequited love,

unlike other bonds, it isn't shared

It's Mine and Mine Alone!!

There is no better love than this!

Even if you lose, all is not lost..........''

(Aa dil hai Mushikil, 2016 film).

അന്ന് രാത്രി, ഹരി അഞ്ജലിയെപ്പറ്റി പറഞ്ഞത് നന്ദിതയ്ക്ക് ഓർമ്മ വന്നു. ജീവിതത്തിൽ എത്ര പേർ കയറിയിറങ്ങിപ്പോയാലും ഒരാളുടെ ഹൃദയത്തിൽ പതിഞ്ഞ മുഖമുണ്ടെങ്കിൽ, അയാൾ നമ്മിൽ നിന്ന് എത്ര അകലത്തിൽ പോയാലും, നമ്മളെ ഉപേക്ഷിച്ചാലും പിന്നീട് കാണുന്നവരൊക്കെയും നമ്മളെ കൊണ്ടെത്തിക്കുന്നത് ആ ഒരു ഒറ്റ വ്യക്തിയിലേയ്ക്കായിരിക്കും.

Aa dil hai Mushikilൽ ഷാരൂഖ് ഖാൻ പറഞ്ഞുവച്ച ഡയലോഗ് കഴിയുന്നിടത്ത് നായകന്റെ മനസ്സിൽ വന്ന് നിറഞ്ഞത് അവൻ ജീവ നേക്കാളേറെ സ്നേഹിച്ച സുഹൃത്തിന്റെ മുഖമായിരുന്നു.

പതിനൊന്ന്

"വീണ്ടും കാണുക എന്നൊന്ന് ഉണ്ടാവില്ല. ഞാൻ മരിച്ചതായി നീയും, നീ മരിച്ചതായി ഞാനും കണക്കാക്കുക."

-പി. പത്മരാജൻ
(ലോല)

നന്ദിതയ്ക്ക് അറിയാമായിരുന്നു ഹരിയോടുള്ള സൗഹൃദം തികച്ചും ഭ്രാന്തമായ ഒന്നാണെന്ന്, തിരിച്ച് ഹരിക്കും. ഹരി പലപ്പോഴായി പലതരത്തിൽ തന്നിൽ നിന്നും ഇറങ്ങിപ്പോകുവാൻ നന്ദിതയെ നിർബന്ധിച്ചുകൊണ്ടേയിരുന്നു.

"നന്ദിതാ; തനിക്ക് അറിയില്ല, മനസ്സിലാവില്ല; തന്നിൽ എന്നല്ല, ആരിലും ആഴത്തിൽ പതിയാൻ എനിക്ക് സാധിക്കില്ല; അവസാനം ഞാൻ കാരണം താൻ ഒരുപാട് വിഷമിക്കേണ്ടിവരും. എന്റെ ഒപ്പം നിൽക്കുന്നവർ, എന്നിലേയ്ക്ക് ചാടിക്കയറി വന്നവർ, അവരെയൊക്കെ ഒരു കൈയ്യകലത്തിൽ നിന്ന് കണ്ണകലത്തിലേയ്ക്ക് മാറ്റി നിർത്താനാണ് ഞാൻ ആഗ്രഹിക്കുന്നത്. എന്നിലേക്ക് ചുരുങ്ങിപ്പോയാൽ തിരികെ തനിക്ക് തരാൻ എനിക്ക് ഒന്നും ഇല്ല, തന്റെ സൗഹൃദം, തന്റെ സ്നേഹം ഇതൊന്നും ഞാൻ അർഹിക്കുന്നില്ല;

So, please go away from me... അതായിരിക്കും തനിക്ക് ഏറ്റവും നല്ലത്!"

ഇത്രയും പറഞ്ഞ് ഹരി അവസാനിച്ചപ്പോൾ, മറുഭാഗത്ത് നന്ദിതയ്ക്ക് പറയാൻ മറുപടി ഒന്നുംതന്നെ ഉണ്ടായില്ല. അവളുടെ കണ്ണുകൾ നിറഞ്ഞിരുന്നു.

"ഹരി..., തനിക്ക് ഞാൻ ആരാണ്?"

നന്ദിത കുറച്ച് സമയത്തെ നിശ്ശബ്ദതയ്ക്ക് ശേഷം ചോദിച്ചു.

"അറിയില്ല. അറിയാൻ ശ്രമിച്ചിട്ടില്ല. ഇനി ശ്രമിക്കുകയുമില്ല."

എടുത്തടിച്ചതുപോലെയുള്ളതായിരുന്നു ഹരിയുടെ മറുപടി.

"താൻ എന്തിനാണ് എന്റെ കാര്യങ്ങളിൽ ഇത്രയും എഫർട്ട് ഇടുന്നത്? It's is more than enough for me."

"എനിക്ക് തന്നോട് കൂടുതലായൊന്നും പറയാനില്ല. തന്റെ ഈ സൗഹൃദത്തിനുള്ളിൽക്കിടന്ന് വീർപ്പുമുട്ടാൻ എനിക്ക് വയ്യ; താൻ പോകുന്നതാകും നല്ലത്, അല്ലെങ്കിൽ വീണ്ടും ഞാൻ പറയുന്നു താൻ ഒരുപാട് വിഷമിക്കേണ്ടിവരും."

ഇത്രയും പറഞ്ഞ് ഹരി ആ രാത്രി നന്ദിതയോട് വിട പറഞ്ഞു.

"എന്റെ സൗഹൃദത്തിന് ഇത്രയും ആഴത്തിൽ ചെന്ന് പതിക്കുവാൻ സാധിക്കുമോ? ഞാൻ എന്തിനാണ് ഭാവിയിൽ സ്വന്തമാക്കാൻ ഒട്ടുമേ സാധ്യതയില്ലാത്ത, ഒരാൾക്ക് വേണ്ടി എഫർട്ട് ഇടുന്നത്?! എനിക്ക് ഹരിയോട് അടങ്ങാത്തത്രയും സ്നേഹമുണ്ട്, ശരിയാണ്. പക്ഷേ, ഒരിക്കൽ പോലം ഞാൻ കൊടുത്ത സ്നേഹത്തിനു വേണ്ടി വാശി കാണിച്ചിട്ടില്ല തിരികെ കിട്ടുവാൻ; ഇപ്പോൾ ഈ നിമിഷം മുതൽ ഞാൻ ഹരിയുടെ പഴയ നന്ദിതയല്ല; അവൻ എന്നെ ഒഴിവാക്കുന്നതിനു മുമ്പ് ഒഴിവായിക്കൊടുക്കേണ്ടത് ഞാൻ അല്ലേ?"

ഭ്രാന്തമായ ചിന്തകൾ ഹരിയോടുള്ള സ്നേഹം കാരണം നന്ദിതയിൽ ഉടലെടുത്തുകൊണ്ടേയിരുന്നു. അന്നേ ദിവസം രാത്രിയിൽ അവൾക്ക് ഉറങ്ങാൻ കഴിഞ്ഞില്ല, അവരുടെ ഓരോ കണ്ടുമുട്ടലുകളും ഓരോ ചിത്രം സ്ക്രീനിൽ മാറുന്നപോലെ അവളിൽ ഇങ്ങനെ മിന്നിമാഞ്ഞുപൊയ്ക്കൊണ്ടിരുന്നു.

സ്നേഹത്തിന് സ്നേഹിപ്പിക്കാൻ മാത്രമല്ല; വെറുപ്പിക്കാനും പടിയിറക്കിവിടാനും കഴിവുണ്ടെന്ന് നന്ദിതയ്ക്ക് മനസ്സിലായത് ആ രാത്രിയിൽ ആണ്.

ഹരിയോട് നന്ദിതയ്ക്ക് പറയാൻ ഒരുപാടുണ്ടായിരുന്നു. പക്ഷേ, അവൾ അന്ന് ഒന്നും പറഞ്ഞില്ല. മണിക്കൂറുകളും ദിവസങ്ങളും കടന്നുപോയി.

"നന്ദിത"

"ഹരി... പറയൂ..."

"ഒന്നുമില്ലടോ, തനിക്ക് സുഖമാണോ? കുറെയധികം ആയ പോലെ മിണ്ടിയിട്ട്."

"ഞാൻ ഹരിയെ അങ്ങോട്ടേക്ക് വിളിക്കാൻ ഇരിക്കുവായിരുന്നു. നമുക്ക് നാളെ ഒന്ന് കാണണം; എവിടാന്ന് വച്ചാ,

പക്ഷേ ഒരു മണിക്കൂർ എങ്കിലും അവെയ്ലബിൾ ആകണം."

"തെന്താടോ?, ഫോണിൽ പറഞ്ഞാൽ പോരേ?

"ഇല്ല; നേരിട്ട് പറയാനുള്ളതാണ്."

“ഓക്കെ എങ്കിൽ നാളെ Tea Time-ൽ കാണാം, വൈകീട്ട് 4.30. ഒക്കെ ആകുമ്പോൾ താൻ എന്നെ ഒന്ന് വിളിച്ചിട്ട് ഇറങ്ങിയാൽ മതി.”

ഉം. നന്ദിത ശരിയെന്ന് പറഞ്ഞ് ഫോൺ കട്ട് ചെയ്തു.

അന്നേ ദിവസം രാത്രി അവൾക്ക് അവനോട് പറയാനുള്ള വാക്കുകളുടെ തിരച്ചിലായിരുന്നു. ശരിക്കും തനിക്ക് ഹരി ആരായിരുന്നു എന്നതിന് അവൾക്കും ഉത്തരം കിട്ടിയിരുന്നില്ല. ഒരു സൗഹൃദത്തിനപ്പുറം ഒരു കാമിനിയോ, ഒരു ഭാര്യയോ, മകളോ ഒന്നും ആകാൻ സാധിക്കില്ലെന്ന ഉറച്ച ബോധ്യം അവൾക്കുണ്ടായിരുന്നു. അവൾ ഹരിയോട് സംസാരിക്കാനായി phone എടുത്തു.

“R you there?”

“No!”

വേഗത്തിലായിരുന്നു 'No' എന്നുള്ള ഹരിയുടെ മറുപടി. അവൾ മൂന്നുനാല് തവണ അവനെ വിളിച്ചു. അവൻ അറ്റൻഡ് ചെയ്തില്ല, കുറെ മെസ്സേജ് അയച്ചു-

'Blue tick'നപ്പുറം ഒരു മറുപടിയും അവനിൽ നിന്നും അവൾക്ക് കിട്ടിയില്ല.

മറുപടി പ്രതീക്ഷിക്കുമ്പോൾ കിട്ടാത്ത, കാത്തിരിക്കുമ്പോൾ വരാത്ത, സ്നേഹിക്കുമ്പോൾ സ്നേഹിക്കപ്പെടാത്ത ഒരു തരം ശ്വാസം മുട്ടൽ അവളിൽ അനുഭവപ്പെട്ടു. ആ രാത്രി, അവൾ വീടിന്റെ ടെറസ്സിലേക്ക് ഓടിക്കയറി, ഏകദേശം 12.30 am. അത്രയും സമയം ഒഴുക്കാതെ വച്ച കണ്ണീർ അവൾ ഒഴുക്കി. എന്തിനാണെന്ന് അറിയാതെ, ആർക്ക് വേണ്ടിയെന്നറിയാതെ മണിക്കൂറോളം കരഞ്ഞു. കഴിഞ്ഞ നാല് വർഷത്തിനുള്ളിൽ ഇങ്ങനെ നന്ദിത കരഞ്ഞിട്ടുണ്ടാകില്ല.

“കണ്ണുകൾ കൊണ്ടെന്നെ മുറിപ്പെടുത്താതെ
നിഷേധത്തിനിനി അർത്ഥമില്ല;
ഞാൻ സമ്മതിക്കുന്നു,
എനിക്ക് തെറ്റ് പറ്റി!”

– നന്ദിതയുടെ കവിതകൾ

അതെ! എനിക്ക് തെറ്റ് പറ്റി; ഒരാളിലും ഇത്രയും ആഴത്തിലേക്ക് ഇറങ്ങിച്ചെല്ലരുത്. ഇത്രയും അഗാധമായി സൗഹൃദം പങ്കിടരുത്.

കണ്ണിൽ നിന്ന് വന്ന അവസാനത്തെ തുള്ളിയും വറ്റിപ്പോയപ്പോൾ, നന്ദിത അവളോടായി പറഞ്ഞു. ഉറങ്ങാൻ കിടക്കുമ്പോൾ അവളിലേയ്ക്ക് വന്നത് ഹരിയുടെയും നന്ദിതയുടെയും കണ്ടുമുട്ടലുകളിലെ ഏറ്റവും അമൂല്യമാണെന്ന് അവൾ കരുതുന്ന ഒരു രാത്രി

യായിരുന്നു. Fiends gatheringന് വന്നിട്ട് സമയം ഏറെയായപ്പോൾ തനിക്ക് പോകണമെന്നുള്ള നന്ദിതയുടെ നിർബന്ധത്തിന് ഹരി അവളെ വീട്ടിലേക്ക് കൊണ്ടാക്കിയ ആ രാത്രി;

അന്നൊരു ബുധനാഴ്ച ആയിരുന്നു. സമയം ഏകദേശം 9 മണി കഴിഞ്ഞു.

"ഞാൻ ഇറങ്ങുവാണ്; സമയം ഏറെയായി. ഇപ്പോൾ ഇറങ്ങിയാലെ 9.30ന് എത്തുകയുള്ളൂ."

"താൻ നിൽക്ക്, ഒരു പതിനഞ്ചു മിനിറ്റു കൂടെ," ഹരി പറഞ്ഞു.

"ഇല്ല, വീട്ടിൽ അമ്മ ഒറ്റയ്ക്കാണ്."

"എങ്കിൽ ഒരു അഞ്ച് മിനിറ്റ്. ഞാൻ ഇറങ്ങുന്നു, ഞാൻ തന്നെ വീട്ടിലാക്കാം."

"ഹേയ് അതൊന്നും വേണ്ട, ഓട്ടോ കിട്ടും, ഞാൻ അതിൽ പൊയ്ക്കൊള്ളാം."

"വേണ്ട, ഇനി ഈ സമയത്ത് ഓട്ടോ ഒന്നും കാത്ത് നിൽക്കണ്ട, ഞാൻ കൊണ്ടാക്കാം." ഹരി ഒരല്പം അധികാരത്തിന്റെ സ്വരത്തിൽ പറഞ്ഞു.

"ഉം. എങ്കിൽ വേഗം വായോ..." നന്ദിത തിരക്കുകൂട്ടി.

"അയ്യോ, എടോ എന്റെ കയ്യിൽ ഹെൽമറ്റ് ഇല്ല."

"Wait." ഹരി വിഷ്ണുവിന്റെ അടുക്കൽചെന്ന് ഹെൽമറ്റ് വാങ്ങി നന്ദിതയ്ക്ക് കൊടുത്തു.

"Okey perfect"

"പോകാം."

"ആഹ്." അവൾ തലയാട്ടി. ഇതുവരെയും ഹരി മറ്റാരെയും കയറ്റാത്ത ആ പുറകിലെ സീറ്റിൽ നന്ദിത ഇരുന്നു.

"ഓക്കെ അല്ലേ?" എന്നൊരു ചോദ്യം ചോദിച്ചത് മാത്രമേ നന്ദിതയ്ക്ക് ഓർമ്മയുണ്ടായിരുന്നുള്ളൂ... അത്ര വേഗത്തിലായിരുന്നു പോക്ക്. അവൾ അറിയാതെ വലതുകൈ അവന്റെ തോളിൽ അള്ളിപ്പിടിച്ചിരുന്നു. ഒരു പൂച്ചക്കുഞ്ഞ് ഇരിക്കുന്നപോലെ.

തൃശ്ശൂർ റൗണ്ടിന് ആ രാത്രിയിൽ ഭംഗി കൂടുതലായിരുന്നു.

"വീടെത്തി; താൻ ഇറങ്ങിക്കോ."

സമയം കണ്ണടച്ചുതുറക്കുന്നതിന്റെ ഇടയിലെന്നപോലെ അവൾക്ക് അനുഭവപ്പെട്ടു.

അവൾ ചുറ്റും നോക്കി; പാടത്തിന്റെ അരികത്തുള്ള നന്ദിതയുടെ വീട്ടിൽ വെളിച്ചം മങ്ങിയിരിക്കുന്നു.

"അമ്മ കിടന്നു നന്നായി. ഇനിയിപ്പോ, ഹരീ, താൻ കുറച്ച് കഴിഞ്ഞ് പോയാൽ മതി."

"ഏഹ്! അതന്താ?" ഹരി ചുറ്റും നോക്കി നന്ദിതയോടു ചോദിച്ചു.

"ചുമ്മാ ഒരു രസം." അവൾ കുസൃതി നിറഞ്ഞ പുഞ്ചിരിയോടു കൂടി പറഞ്ഞു.

"ഈ രാത്രിയിൽ, ഈ വഴിയിൽ തനിക്ക് എന്ത് രസമാടോ പ്രത്യേകിച്ച് തോന്നുന്നേ?, കാറ്റാണെങ്കിൽ വീശുന്നുമില്ല, നിലാവാണെങ്കിൽ ഒരുമാതിരി ഞാൻ പോകട്ടെ എന്ന മട്ടിലും."

"തനിക്ക് വട്ടാണോ?"

"ആഹ്, അതേ; താൻ എന്നാൽ പൊയ്ക്കോ,

"But I need a hug from you."

"അതിനെന്താ പോരേ,"

അവൾ പതിയെ ഒരു സ്റ്റെപ്പ് മുന്നോട്ട് വച്ച് അവന്റെ അടുക്കലേക്ക് ചെന്നു. തന്റെ രണ്ടു കൈയ്യും അവനിലേക്ക് നീട്ടി, അവനെ കെട്ടിപ്പിടിച്ചു. ആദ്യം മടിച്ചുനിന്ന അവന്റെ കരങ്ങൾ അവളെ അവളിലും ശക്തിയായി അമർത്തി, ഒരിക്കലും, അവൾ അനുഭവിക്കാത്ത ഒരുതരം സംരക്ഷണം അപ്പോൾ ഹരിയിൽ നിന്നും നന്ദിതയ്ക്ക് കിട്ടി.

രണ്ടു മിനിറ്റിനു ശേഷം അവൾ അവന്റെ കൈ മാറ്റി.

"ഞാൻ പോട്ടേ?" നന്ദിത ചോദിച്ചു.

"ഉം... ശരിയെന്നാ"

ഹരി ആ നിലാവിന്റെ വെളിച്ചത്തിൽ പതിയെ പതിയെ അവളിൽ നിന്നും അകലെയായി. ബുള്ളറ്റിന്റെ ഒച്ച ചെവിയിൽ മുഴങ്ങിക്കൊണ്ടേയിരുന്നു.

വേണ്ട, പോകണ്ട എന്ന് ഒരായിരം വട്ടം അവളുടെ മനസ്സ് പറയുന്നുണ്ടായിരുന്നു.....

അപ്പോഴേക്കും ഉറക്കം നന്ദിതയെ തന്റെ പരിധിയിലാക്കിക്കഴിഞ്ഞിരുന്നു.

"പ്രിയപ്പെട്ടവരുടെ ഓർമ്മയിൽ ഉറങ്ങാൻ കഴിയുന്നതിനേക്കാൾ മനോഹരമായി ഈ ലോകത്തിൽ ഒന്നുംതന്നെയില്ല! "പ്രിയപ്പെട്ടവർ", അവർ ചിലപ്പോൾ നമ്മളെ അഗാധമായി സ്നേഹിച്ചവരാകാം, വിഷമിപ്പിച്ചവരാകാം, വെറുത്തവരാകാം... ഒരിക്കൽ പ്രിയപ്പെട്ടവർ ആയിരുന്നവർക്കേ നമ്മളെ സ്നേഹിക്കാനും നോവിക്കുവാനും കഴിയുകയുള്ളൂ.

പിറ്റേ ദിവസം പറഞ്ഞതുപോലെ ഹരിയും നന്ദിതയും തമ്മിൽ കണ്ടു.

"രണ്ട് കാപ്പി; ഒന്ന് കടുപ്പത്തിൽ."

നന്ദിത ഓർഡർ പറഞ്ഞു.

"പറയെടോ," ഹരി നന്ദിതയുടെ കണ്ണുകളിലേക്ക് നോക്കി.

"എടോ, താനൊരു ദിവസം എന്നോട് ചോദിച്ചില്ലേ, എനിക്ക് തന്നോട് ഇഷ്ടം തോന്നുന്നുണ്ടോ" എന്ന്? "അതെ തോന്നുന്നുണ്ട്."

"സൗഹൃദത്തിനപ്പുറം ഒരു സ്നേഹവും എനിക്ക് തന്നോടുണ്ട്. അതൊരിക്കലും തന്നെ വെറുപ്പിക്കാനോ, ശല്യപ്പെടുത്താനോ ഉള്ള ഒന്നായിരിക്കാൻ ഞാൻ ആഗ്രഹിക്കുന്നില്ല. പിന്നെ കുറെ നാളുകൾ കഴിഞ്ഞ് തമ്മിൽ ഓർക്കുമ്പോൾ, തമ്മിൽ കാണുമ്പോൾ ഈ കാണുന്ന ബന്ധം അന്നുണ്ടാവണം, എങ്കിൽ, എനിക്ക് തന്നോട് കൂടുതലായി തോന്നുന്ന ഈ ഇഷ്ടം ഇപ്പോൾ ഇല്ലാതാവണം, ഞാൻ ഇല്ലാതാക്കണം. അതുകൊണ്ട് ഇനി നമ്മൾ തമ്മിൽ കാണില്ല."

"പ്ലാൻ ചെയ്തിട്ടുള്ള ഒരു കൂടിക്കാഴ്ചയും നമുക്കിനി വേണ്ടടോ."

ഇത്രയും പറഞ്ഞ് നന്ദിത ഹരിയുടെ കൈ ചേർത്തുപിടിച്ചു, അവളിലെ ഹൃദയത്തിന് മിഴികളെ പിടിച്ചു നിർത്താനായില്ല.

"ഹരി, താനെന്നോട് ചോദിച്ചില്ലേ, ഞാൻ തന്നെ ആലോചിച്ച് എത്ര തവണ കരഞ്ഞിട്ടുണ്ടെന്ന്?, വിഷമിച്ചിട്ടുണ്ടെന്ന്?"

അതിന് ഉത്തരം ഞാൻ മറുചോദ്യമായി പറയട്ടെ?"

"ഉം" ഹരി മൂളി.

"കല്യാണത്തിന് ശേഷം അഞ്ജലി തനിക്ക് വേണ്ടി എത്ര മാത്രം വിഷമിച്ചിട്ടുണ്ട്? കരഞ്ഞിട്ടുണ്ട്? അതിനേക്കാൾ ഒരുപിടി കൂടുതൽ."

കുറച്ചു നിമിഷം അവൾ നിശബ്ദതയായി, അവനും.

ആ നിശ്ശബ്ദതയിൽ ആയിരുന്നിരിക്കാം അവർ ഇന്നുവരെ സംസാരിക്കാത്തതൊക്കെയും സംസാരിച്ചിട്ടുണ്ടാവുക.

കാപ്പി ടേബിളിൽ രണ്ട് കടുംകാപ്പി പരസ്പരം നോക്കിയിരുന്നു; ഒന്നിന് ഇത്തരി കടുപ്പം കൂടുതലും മറ്റൊന്നിന് കുറവും.

അവിടെ നിന്നും ഹരിയോട് യാത്ര പറഞ്ഞ് ഇറങ്ങുമ്പോൾ, അവൾ ആഗ്രഹിച്ചത് അവന് ശല്യമാകാതെ; അഞ്ജലിയുടെ ശബ്ദം കേട്ടിരിക്കാൻ ഹരി ആഗ്രഹിച്ചപോലെ ഹരിയുടെ ശബ്ദത്തിനായി കാത്തിരിക്കാൻ ആയിരുന്നു.

പരാതിയില്ലാതെ, 'എന്തിന്' എന്ന ചോദ്യങ്ങളില്ലാതെ അവൾ ആഗ്രഹിക്കാതെ അവനിൽ നിന്നും നന്ദിത പതിയെ പടിയിറങ്ങി.

ഞാൻ അവൾക്കു നൽകുന്നത് എന്നിലെ ഏറ്റവും ചെറിയ സമയവും എന്നിലെ ഏറ്റവും മോശം നേരവുമാണെന്ന് അവൻ വിശ്വസിക്കുമ്പോൾ അവൾക്ക് ലഭിച്ചിരുന്നത് അവനിലെ ഏറ്റവും അധികമായ സമയവും പിന്നെ ഏറ്റവും മനോഹരവുമായ നിമിഷങ്ങളായിരുന്നു.

പന്ത്രണ്ട്

Don't be Afraid to fall in Love Again. Open your heart and follow where it leads you... and remember, shoot for the Moon... P.S. I will always love you!

- Cecelia Ahem
(P.S. I love you)

നിശ്ശബ്ദതയെ ചോദ്യം ചെയ്ത് KSRTCയ്ക്ക് പുറത്തുള്ള റോഡിൽ വീണ്ടും വാഹനങ്ങൾ പൊയ്ക്കൊണ്ടിരുന്നു.

"നന്ദിത!"

പുറകിലെ വിളി കേട്ട് ഭൂതകാലത്തിന്റെ ചുരുളിൽനിന്ന് അവൾ ഞെട്ടിത്തിരിഞ്ഞു.

"ആഹ്... അനൂപ്"

"താൻ എന്താ ഈ നേരത്ത് ഇവിടെ?" നന്ദിത ചോദിച്ചു.

"ബെസ്റ്റ്. ഇത് ഞാൻ അങ്ങോട്ട് ചോദിക്കാൻ ഉള്ളതല്ലേ? ഞാൻ മുവ്വാറ്റുപുഴ പോയി വരുന്നതാണ്. ഒരു കൊല്ലമായി അങ്ങോട്ടേക്ക് മാറ്റം കിട്ടിയിട്ട്, വീക്കെന്റിൽ തൃശ്ശൂർക്ക് വരും."

"Okey! എന്റെ വൈഫ് ഹൗസ് ഇവിടെ കോലഴിയാണ്. So! താൻ ഒറ്റയ്ക്കാണെങ്കിൽ വീട്ടിൽ ഡ്രോപ്പ് ചെയ്യാം, പോരേ," അനൂപ് പറഞ്ഞു.

"വേണ്ട, ഞാൻ ഇവിടന്ന് ഓട്ടോയ്ക്ക് പോകാം."

"No issues, so, nice to meet you. Keep in touch."

അനൂപ് Hi, Bye പറഞ്ഞ് പോയപ്പോഴേയ്ക്കും നന്ദിതയ്ക്കുള്ള ഓട്ടോ ദേ മുന്നിൽ നിർത്തി.

"ചേട്ടാ, പുഴയ്ക്കൽ"

ശേഷം 10.30 pmന് വീട്ടിൽ എത്തി, കുളിച്ച് - Rest mood On ചെയ്തു. എങ്കിൽപ്പോലും;

“നന്ദിതയുടെ കണ്ണുകൾ ഇപ്പോഴും ഹരിയെ തിരയുന്നുണ്ട്, അവളിലെ ഹൃദയം അവനെ സ്നേഹിക്കുന്നുണ്ട്, കാണാൻ ആഗ്രഹിക്കുന്നുണ്ട്... ഒരുപക്ഷേ അകലങ്ങളിൽ നിന്നു മാത്രം.”

അവസാനം അവനു വേണ്ടി ആ രാത്രി അവൾ കുറിച്ചിട്ടു.

“കൈവിട്ടു പോകുമ്പോൾ ചേർത്ത്
നിർത്താൻ നീ മടിക്കണം.

നിന്നിലേക്ക് അടുക്കുവാൻ തിരിയുമ്പോൾ
നീ തിരിഞ്ഞു നടക്കണം.
അങ്ങനെ; ഒട്ടുമേ സ്നേഹം ഇല്ലാത്ത
നിന്റെ ഹൃദയത്തിൽ എനിക്ക്
എന്റെ ഹൃദയം ചേർത്തുവയ്ക്കണം.”

21/04/2024 @1.30 am.
നന്ദിതയ്ക്കും ഹരിക്കും വേണ്ടി,
സ്നേഹപൂർവ്വം.

He Called Her Once...

***She wrote hundred pages in her diary
and that's the first published Book of Her!!***